WISDOM FOR LIVING

WISDOM FOR LIVING

SYNTHETIC STUDIES IN ECCLESIASTES

A GUIDE TO A HAPPY AND SUCCESSFUL LIFE

AUDU, SUYUM

Copyright © 2017. All rights reserved.

No part of this publication may be reproduced, stored in a retrieval system or transmitted in any way by any means, electronic, mechanical, photocopy, recording or otherwise, without the prior permission of the author except as provided by USA copyright law.

The opinions expressed by the author are not necessarily those of Revival Waves of Glory Books & Publishing.

Published by Revival Waves of Glory Books & Publishing

PO Box 596| Litchfield, Illinois 62056 USA

www.revivalwavesofgloryministries.com

Revival Waves of Glory Books & Publishing is committed to excellence in the publishing industry.

Book design Copyright © 2017 by Revival Waves of Glory Books & Publishing. All rights reserved.

Published in the United States of America

ISBN: 978-1-68411-262-3

Table of Contents

Introduction vii

    The Author And His Beliefs ix

    The Concern Of The Book xiv

PART ONE: The Question Of Meaning

Chapter One: In Search For Meaning:
    The Journey Into Life 1

Chapter Two: The Meaning Of Meaning 7

Chapter Three: The Philosopher's Claim: "Everything
    Is Vanity" And It's Interpretation 10

Chapter Four: The False Meaning Of Life:
    Rationalism And Endless Learning 18

Chapter Five: False Meaning Of Life:
    Pleasure Or Madness (Part 2) 26

Chapter Six: The Philosopher's Defence Of His Claim:
    The Six Realities Of Life 31

Chapter Seven: The Theological Interpretation Of
    Chapter 3 & 4: The Question Of Human Sufferings ... 40

Chapter Eight: General Warnings 48

PART 2: Divine Guidance And Counseling

Chapter Nine: Goodness And Perseverance 55

Chapter Ten: Submission 63

Chapter Eleven: Common Grace: The Justice Of God 66

Chapter Twelve: Self-Control And True Wisdom: Integrity ... 70

Chapter Thirteeen: Responsibility: Moral And Spiritual 72

Chapter Fourteen: The True Meaning Of Life: Covenant
   Loyalty 81

REFERENCE 86

INTRODUCTION

There is no book, it seems to me, of all the books of the Bible that is debated so much and neglected by the modern scholars and Christians alike than the book of Ecclesiastes. Yet, there is at the same time, no book of all the books in the Bible with obvious and practical answers to our daily questions, divine comfort to our troubled souls and a guide for our little minds to understanding and right decision making to living in a confused world like our generation than this book – Ecclesiastes.

The reason for this acrimonious unjust treatment of the book is that, for most scholars, Ecclesiastes is not worth the canon criteria and so they cannot see why it should be part of the Christian Bible. The argument, as Lain Proven ironically puts it: *When considered in the larger context of the Old Testament, Ecclesiastes stands out as an unusual book whose connection with the main stream of biblical tradition seems tenuous. There is nothing here of Abraham, Isaac and Jacob; of the Exodus; of God's special dealings with Israel in the Promised Land; or of prophetic hope in a great future. Instead we find ourselves apparently reading about the meaningless of life and the certainty of death, in a universe in which God is certainly present but is distant and somewhat uninvolved. When considered in the context of the New Testament, the dissonance between Ecclesiastes and its scriptural context seems even greater, for if there is one thing that we do not find in this book, it is the joy of resurrection.*

Such is the Canon-argument. But you can see that the whole perspective of the argument is from the New Testament only, which is great bias to the Old Testament because you cannot stand your world in the New Testament to independently judge things against the Old Testament. And the idea that Ecclesiastes has nothing of the covenant fathers does not only reveal how shallow our understanding of Ecclesiastes is in relation to the Torah as we shall see later, but also our complete ignorance of the primary concern of the book (Ecclesiastes).

I do not doubt that in addition to the canon-argument, other arguments such as the *authorship*, the *nature* of the book – whether pessimistic, optimistic or evangelistic, the *unity, order* and *style* of writing of the book are all owing to a little knowledge of the author in terms of his beliefs as shall be discussed soon. However, I am not concerned here with the basic argument on the authorship, for I am convinced that Solomon wrote Ecclesiastes. But if there arose a certain man who edited the book at a particular time to fit his context and speak to his generation, I cannot deny. Proverbs 25:1 seems to justify this fact, although obscure.

The Author and His Beliefs

The author believes in a God who is the creator of everything that is (Eccl. 12:1) and as such, he (God) owns and controls all that is (Lordship) in perfect wisdom and love. He gives peace and health, wealth, honor, power to his children (Eccl. 2:24 & 6:2) (Generosity). God, the author believes, is all-knowing – he knows the past, present and future (Eccl. 8) and therefore has wisely predestined every event (Divine Decree) under the sun in accordance to his perfect and good will. This means that God permits and controls every action – good or bad to the working of his purpose for his glory and for our blessings. Accordingly, in the light of Divine Decree, the author believes that God is just and does not show partiality (Eccl. 9:1-2). All belongs to God and he, (God) treats all the same.

More importantly is the author's belief in God as a **Moral Being**. God is perfectly good and delights in doing good. **The ultimate purpose of existence is that men and women should fear him and do good all through (Eccl. 3:12).** It is in this light that the author obstinately holds and emphasizes that God is a **Judge** and is going to judge every single thought and action performed by everybody under the sun (Eccl. 3:17, 11:9). For the author, this is the absolute ground for and justification of moral goodness or action on earth that God is a moral being.

Concerning man, the author believes that man is a *creature* (Eccl. 12:1) perfectly created but through disobedience, has sought many inventions (Eccl. 7:29) and therefore become perverted and sinful (Eccl. 7:20).

Man as a created being is limited in power, knowledge and indeed, everything and so he is to absolutely depend on his creator, God, for everything. To put it in a religious term, man is to fear God and keep his commandments. This is his only duty on earth (Eccl. 12:13). Man cannot contend with his maker (Eccl. 6:10).

Among other things, the author believes in the reality of death and suffering (2:15-17, 4:1-3, 7:7), contentment (Eccl. 2:24, 3:13, 8:15) of which many mistake for indulgence. He believes in goodness and moral holiness. Man, he asserts, should be compassionate to his fellow man and always live together (communalism) (Eccl. 4). That he wishes dead were the living and better more the dead, in this chapter, is clearly understood – it is just his way of expressing his concern, compassion and sympathy for and at the suffering people he saw. He believes in purity (Eccl. 9:8), happy marriage and unity (Eccl. 9:9), and hard work (Eccl. 9:10). Above all, he believes in wisdom!

Having seen the beliefs of the author, we now turn again in passing respect to observe the nature, order and style of the book-arguments and the big claim in verse 2 of chapter one.

The question is: Should the author really believe in all the above mentioned, but could teach and encourage indulgence, a form of Epicurean and Hedonistic philosophy? Should he believe that all things are created by God including our lives and that all good things came from him for his glory and for our blessings, but could still claim that everything is vanity? When have the things God created become vanity? Is not this an insult at God, an abuse of his entire creation? Who declares something vanity, God or man? Should we assume the pronouncement of vanity in general sense and context? If so, why then does the author seem to encourage loyalty between husband and wife, purity of life and in life, hard work and sincerity (Eccl. 9:7-10), sharing (Eccl. 11:1-5) and above all, faithfulness in God (Eccl. 12:1, 13) while on earth, under the sun? Why did he not encourage suicide that we may all die and go to heaven to do all these things, since life is not worth living under the sun?

More seriously is when we hurry to consider all the arguments against this book in the light of Eccl. 12:9-11. They will all turn into insignificant folklore, a God-dishonoring arguments and useless formulations.

The editor of this book, Ecclesiastes, testifies here that the writer (the author) is a wise person which means he has prudence, good value or character, for being wise in ancient Israel is being good in character. Added on this, is the fact that the writer is a learned man, too. You can see that the editor is not repeating himself nor is he complicating issues here. What he wants to put across is that the writer or teacher of Ecclesiastes is not wise because he is a learned person. Not at all! But that the teacher is both good and learned in terms of intellect.

If we accept this testimony to be true, then I cannot imagine any good and learned person with the above said beliefs that could teach pessimism, contradiction and confusion to his disciples. If we cannot understand Ecclesiastes because of its perplexity in order and style of writing and/or because it contains a lot of contradictions, then, surely, the above testimony is untrue. Of course, as Albert Einstein would say, any great intellectual that cannot make himself clear and understandable to his audience knows nothing. Why call him a learned person when he cannot be understood? What is intelligence to contradiction and confusion?

Well, we may argue that it is possible for a good and leaned man to contradict and confuse himself as well as his listeners, but we cannot go further with this claim if we read and understand the final part of the testimony in vs 10 of chapter 12. The editor's testimony is not only that the teacher was wise and learned but also that what the teacher taught was absolutely **upright and true**. His teaching contains no flaws and heresies. If this is true, why then should it not be part of the canon? Can something be contradictory in nature and still be described as upright and true? What is truth? Is truth a proposition or a person or both? If truth is primarily a person and secondarily a proposition at which time both are truth, why then have we neglected this book so much? Can something be true and have "nothing of Abraham, Isaac and Jacob; of Exodus, of God's special dealings with his children"? Who is the truth but not God? Let's think again.

The teaching in Ecclesiastes is described **upright** because it has high moral values that aim at godliness and it is **true** because it is a revelation. Believe it or not, that is the truth.

The Concern of the Book

What then is the book all about? Ecclesiastes is not so much concerned about the meaning of life as such as its nature. It is primarily concerned with the **nature of life with God and/or without God.** Having argued that God is the origin and source of everything that is, the ultimate concern of this book is: Can life be lived apart from the creator? What will it look like? Can man make sense without God, his creator seeing that he, man, is limited both in power and knowledge and cannot contend with his maker? In other words, is humanism and secular existentialism the way out? What is the place of suffering and death in life? Is it to prove that God does not exist or exist, but unable to control evil or is able, but not willing? What should be our attitude towards wealth (prosperity) worship, death, suffering, injustice, poverty (or lack), work, family (Gen. 9) society (Eccl. 10) religion, old age, youthfulness etc.?

To answer this questions from a religious perspective the author or teacher first claims that secular existentialism is the chief of all vanities not only on the basis of religious authority but also on the fact that he has been a secular-existentialist by practical experience (Eccl. 1:12 - 2:1-10) yet cannot see any gain (Eccl. 2:11) to experience. Unlike secular existentialism that draws and is based on the scientific account of creation and perspective, suffering and death in general, far from making life absurd, all have a place in God's plan and purpose for man for good. What man needs to do is to understand God's will in these and submit in total obedience to God who knows all and controls all in perfect wisdom and goodness.

PART ONE
THE QUESTION OF MEANING

CHAPTER ONE

In Search For Meaning: The Journey Into Life

Meaning can be sought for. In fact, the defining feature of human history is the quest for meaning. Human civilization cannot be anything else but the quest for meaning, new meaning in terms of growth and development. The results of our quest for meaning are the countless theories and complex inventions (technology). Man is always on the look for meaning. We move from one geographical area to the other, from one person to the other, from one habit to the next, all in search for meaning, yet we never seem to be complacent. We create our meaning and when we exhaust it, we soon set out in search for a new one. We explore the unknown world of life in our quest for meaning.

The question of meaning concerns all of us – young and old (men), poor and rich, ignorant and learned, white and black races, and religious and non-religious – indeed, all classes of human beings. At one time or another, the questions we often ask are: Where did mankind originate? What is the purpose of his existence here on earth? What is the sole duty of man? What can man do to truly find satisfaction or what gives true happiness? Why do people suffer? Why do people die? Where do they go after death? What is the nature of life there? These are fundamental traditional but real questions of concern we always ask. No single man can escape them – whoever you are. You cannot just ponder over them because they are questions of meaning.

In an attempt to provide answers for the questions raised, we often come from different perspectives or stand points. Firstly, for example, we have those who want to answer the question of origin from a religious perspective claiming that a being or being perfect in love, wisdom and power brought the world into existence for good purpose. So man is not here to play dice! But this same caliber of people, when confronted with the horrors of suffering and reality of evil, will stand to question their assertion again. Does God exist? Does he love and care? Is he just and faithful? Is he a strong God? If so, then, where cometh evil? At this point, this group got stuck and seemed to lack a precise answer in justification of their claim. Sometimes, they proceed on the basis of faith and hope that though they cannot understand to explain the mystery of evil, yet God is still here and in control of everything. All shall be well at the end.

Those from the stand point of science, on the other hand, declare life a chance! There is no beginning to trace neither an end to reach. Man, like a cog, is caught in a "machine". Everything starts and finishes under the sun meaning cannot be sought outside and beyond the earth. Everything is an accident including man. Man is a chemical combustion, by the time he is burned up, that is all.

Here are two conflicting approaches to the question of meaning. The question now is who is wrong and who is right? This is undeniably the motivating factor behind Solomon search for meaning. Is naturalism the way to go or faith in God? This is the whole argument in Ecclesiastes, and the reason for and purpose of this argument or discourse is to **"find out what is good for men to do while they live"**. (Eccl.)

Solomon therefore takes up this argument in a deductive order by asserting that secular existentialism (Naturalism) is ranked the highest of all vanities in the world (Eccl. 1:2) and then proceeds on to prove his claim and finally conclude that there is only but one thing to do while we live on earth – to remember our creator, fear him and keep his commandments – period.

But how did he arrive at the point of utter condemnation of naturalism? Here Solomon would let us know he did not do so on the basis of pure reasoning but by first throwing himself into the worlds of naturalism. He started first by rationalism (Eccl. 1:12-18) and then moved to materialism (Eccl. 1:12-18) and then moved to sexism, music, etc. (Eccl. 2:1-10). He is not void of the experience of naturalism. And of course, it is the experience he had from the world of naturalism he uses in proving his point all through. It should be noted that his journey into the world of naturalism was absolutely deliberate. So the idea that he was deceived by his many wives at his old age has no ground at all. Nobody who holds to this view could still keep on in the light of these verses: Eccl. 1:13, 17; 2:1, 10, 8:16. "Solomon was determined to…" That is a deliberate plan and action. Was it deliberate because he was just given some random advice on "accidental" experience? No, not at all! He wanted to find out what is worthwhile for men to do while they live. That is the one and only reason for exploring the world of naturalism.

Life is a journey – an unknown journey into an unknown world. We need people who have walked down its path and explored its world to take and lead us through or else we get confused and lose our way. If you are on this journey, the journey into search for meaning, you need those that have gone before you to direct you and if so, Solomon is a wonderful guide and has provided us with perfect blue-print map to travel the crooked ways of life in search for meaning. Professor H. C. Leupold observes well on this account: *There is one book of the Old Testament that is written particularly to furnish guidance and council for God's people in evil days and times of depression. Its counsel is as timely now as it was when the book was written, for this old world has changed but little except for the dress in which it is clad.*

This book is Ecclesiastes. But unfortunately, it is so little understood that few of its interpreters and readers seem to have recognized that it has a living message that meets the special problems also of our age.

That is the point. "It is written to furnish guidance and counsel for God's people in evil days", in a confused world of indifference like ours that anything could work or go. Solomon has done a great job here to tell us that life is worth living if we are guided on the right track. Suffering and death are not pointless. Nothing is preposterous.

CHAPTER TWO

The Meaning Of Meaning

We have talked at length on the meaning of life in a general sense. In this chapter, we want to consider in precision (precise) the meaning of *meaning* in relation to life. This is a task that is almost impossible, and it is vague and pointless according to analytic philosopher, to talk of the meaning of life in a general sense.

Generally, the meaning of the *meaning of life* is concerned with what life actually is and meant to be (purpose). Is life meant to be a joy or pain? Most people including the Greek philosophers, Plato and Aristotle, for example, believe that life is all about pleasure. Pain is not part of the meaning of life yet it is inevitable. The question now is: Can we talk about a meaningful life while in pain? Here comes, the three aspects of the meaning of the meaning of life.

Firstly, we have the *why* aspect of the meaning of the meaning of life. This is the philosophic meaning of meaning. It looks to understand and explain "the cause of every event under the sun" (Eccl. 1:13). We cannot talk about a meaningful life when we live in ignorance of why life is the way it is. Why do people suffer and die? Why do people grow old? Is this what life is meant to be? Until we understand all the "why questions" and can provide a reliable explanation, we have no right to talk about a meaningful life.

But how do we understand all the "why questions"? The answer is simple. Through rationalism! We should "apply or devote ourselves and our minds to study and to explore by wisdom all that is done under heaven" (Eccl. 1:13). It is no surprise that great thinkers of old have relied solely on their minds to answer all of life's issues. In fact, philosophers in modern and postmodern concept and context are "rationalists" and are seen to have answers for our daily cares as they always strive to explain explicitly the cause of every action.

Another aspect of the meaning of meaning, is the *what* aspect. This aspect emphasizes the contents of life;

life is about the things it contains. We can only talk about a meaningful life therefore, when we have the grasp of its components which include materialism, sex, power, music, etc. (Eccl. 2:1-10). Whatever works for you and makes you happy, that is the meaning of life. Life is pragmatism. What is right? It does not matter what you think about it.

The last aspect of the meaning of meaning, closely to this, is the *how* aspect, a mechanistic view of meaning. Life is determinism meaning it is viewed in terms of discovering and applying the laws of nature without which everything is doomed.

Chapter Three

The Philosopher's Claim "Everything Is Vanity" And It's Interpretation

I'm ready at this point to say that our interpretation of the claim, *everything is vanity* depends largely on our meaning of vanity. What is *vanity*?

Literally, the word means *vapor, smoke, puff-up,* etc. It depicts the ephemeral nature of life under the sun. Nothing lasts forever on earth. Everything including man will soon pass away. Life on earth is perishable and that is true! Jesus himself points to this reality, that is, the perishable nature of life in Matt. 6:25-33 and John 6:27. Plato and Aristotle believed this although with some slight differences. The Buddhists have it as a doctrine. Our experience establishes it a fact. Everything – plants and animals, living and non-living is on the path to decay, and when it has decayed, there is no trace of it, like vapor that escapes into the air. Literally, it is true that everything is vanity.

Vanity, when considered in the light of *eschatology*, simply means the end of matter on earth, the destruction of the present world of evil in place of the new one. This is what we find throughout the Bible - Isa. 24, 40-66, Jer. 29:11, Joel 1-2, Matt. 24-25, John 14-16, Rev. 6:14-17, 21:1. We are always warned that we should not love the world and all that is in it, for it will soon pass away by fire 1 John 2:15 and also somewhere in 1 or 2 Peter. In this sense and context too, life could be pronounced vanity.

The other meaning and interpretation of *vanity* is taken in relation to *moral values*. Life without moral values is absolute non-sense. The one and only reason for prevalent wars and moral decay and deterioration is lack of values. A life that is worth living is a life that holds tenably forever its value, good value. The only true meaning of life is unity and fellowship (be it anthropological type, it does not matter and there can be no real unity and fellowship of any kind without moral values. Unless we cease to be human beings, we are born moral fellows!

For what meaning is in a life of fornicating, hatred, hostility, antagonism, unforgiveness, stealing, murder, war, destruction but not despair? What meaning is in individualism? Does not righteousness exalt a nation? Do we describe such a life as this, wonderful? Is not a life of moral decay vanity? What meaning is in life when we have let go of our values, the components of out dignity? Is life still meaningful without our dignity? Let's think again, but for sure everything is vanity without values. In this sense too, Solomon is right.

The next interpretation of this claim and pronouncement is a connection to *suffering*. It's not difficult and surprising at all for people who have seen, faced and experienced the horrors of life to pronounce or declare everything as vanity. When life has exceedingly turned bitter, we call it vanity. Life only has meaning when things work smoothly. There is no doubt that expressions like this presuppose suffering. Solomon depicts himself as a person who lived to suffer. His pessimistic statement in 1:17- 20 and 4:1-3 seem to present him so.

But the question is: Did Solomon physically suffer? When and where in the Bible did Solomon, like his father David, suffer persecution at its depth? Was it not at his time God gave peace for Israel from his enemies that Solomon should build the Lord's temple? (1 Kg. 5:17-18). Nobody can agree that Solomon physically suffered in life. Some scholars are of the mind that Solomon made this declaration of vanity when his splendor vanished away. But that is not true. 1:12 - 2:1-11 doesn't consent with this view. There was the power (1:12), the wisdom (1:16), the house, the vineyards, the garden and the parks, the reservoirs, the slaves, the wives, the sheep, and the cattle, the gold and the silver, the singers, in short, everything (2:4-10), yet he still pronounced vanity at everything (2:11).

But if, we try to understand this expression and, of course, the whole book of Ecclesiastes in relation to Solomon's condition and occasion as to whether he physically suffers, then we have no right to hold the teaching of this book for general truth of life. That was his personal problem and confession. What it's to some of us who are enjoying life? Let's not generalize personal matters. A suffering man calls life vanity but a person who is enjoying life calls it wonderful.

What then? Is pessimistic expression limited to physically suffering persons? Not so. A man who is compassionate – who has a feeling for mankind is more to suffer than any physically suffering man. Such person also pronounces life vanity. I imagine some people raising the objection: "Well, that is psychological personality!" But compassion isn't a psychological component, but spiritual. The trouble is because we don't know who Solomon is. Solomon is a man of great compassion. He has feelings for suffering people. Take, for example, the statement in 4:1-3, he saw all the social injustice and violence, and was troubled especially for the oppressed that were without comforters. Men of great feeling for mankind are always moved and exceedingly wearied down by the evil they see befalling their fellow beings.

We live in a world that is full of evil: wars and rumors of wars, social injustice; a world that has no respect and care for the poor and orphans – everyone on his own. If you stand to look at these evils, if truly you have a feeling for mankind, what can you say? What will be your comment? Would you say, "Life is wonderful and nice"? Surely, you will not say such a thing. That is inhuman. "Vanity" is our pronouncement at such evil life. Unlike Solomon, we say, "Life has come to an end," "Life is finished; there is nothing more of meaning left in this life." Or isn't this our daily pronouncements at evil life today? Why do we say so? We say so because we have feelings for our fellow brothers and sisters concerned.

There is yet another reason of an intellectual type as to why people pronounce vanity at life. Men of great curiosity, men who seek to understand the reason for every event in this life but couldn't make it, will definitely become frustrated and pronounce vanity at everything. Solomon set his mind to search and investigate by wisdom the reason for everything happening (1:13), but that was absolutely far beyond his ability (1:14-18, 8:16-17). Science and philosophy have no answer at all for human multiple miseries, although they may think so. So many great people have died out of intellectual frustration. There is no convenient answer to why people suffer, there is no reliable answer to why things are working the way they are, there is no answer as to why people behave the way they are doing, no answer for natural disasters, of course, no answer to most of our daily struggles. We try to say this or that, only to confuse ourselves the more. The more we know, the more we get confused. Knowledge is boring (1:8). Such people, that is, people who set their minds to investigate the reason for the cause of every event, but couldn't, are always exceedingly frustrated more than any class of frustrated people I know, and are bound to pronounce life vanity. Life is futile, a confusion and a misery.

But the question is: Are these reasons why Solomon pronounced life vanity? Then is Ecclesiastes nothing but sheer speculation. There is no element of revelation in it. Rather, on the opposite, 1:1 and 12:9-11 strongly reject any speculative idea on this book. Ecclesiastes is an authoritative message or address that Solomon systematically and physically delivered to his audience on the native and meaning of life and how to conduct themselves rightly (12:9-11), not speculation. Solomon's chief concern as earlier seen is to argue that secular existentialism is not and will never be the meaning of life at all. Any true philosopher knows that in every convincing argument, *method* counts. Solomon therefore adopted the *deductive method* in this argument and first declares that *everything is absolute vanity*. Those who understand this phrase to mean life in general completely miss the point, for that is to think that Solomon has an anti-happy life, and was a pessimist. No! Not at all! Pessimism is an abuse of God's creation and blessing. It has no place whatsoever in the Bible and among God's people. Pessimists are atheists or preferably naturalists.

For pessimism is nothing but an experience somewhere between objective and subjective naturalism.

The expression therefore, MUST NOT be taken exclusively but rather inclusively within the context of secular existentialism. What Solomon is saying, in essence, is that everything of and about secular existentialism is vanity, it is meaningless and pointless NOT that everything in life or life itself in its entire, is vanity.

Having asserted that everything is vanity, he proceeds on to prove it not only by pure reasoning but also by experience, his own personal experience of existentialism, secular.

Read on with me and see how he did it.

Chapter Four

The False Meaning Of Life: Rationalism And Endless Learning

The philosophical meaning of life as we have seen on a passing respect is rationalism. Life is meaningless without rational answer to all the "why questions". There must be a rational explanation for every cause of event. We can only talk about a meaningful life when we "devote ourselves to study and to explore by wisdom (mere reasoning) all that is done under heaven" (Eccl. 1:12). In other words, a meaningful life is when we can understand and tell the cause of every event – the cause and origin of life (Existence), the cause of suffering and death, and the cause of evil. So man's duty on earth according to this group of persons is to explore by reason the "cause of every event". After all, man according to Aristotle is a rational being.

This is exactly what the Greek philosophers handed down to us until the coming of Immanuel Kant in the seventeenth-eighteenth century. Rationalism was taken for wisdom, the Pre-Socrates philosophers speculated about the cosmos, they took for wisdom; Socrates and his disciples speculated on the "Good", they took it for wisdom. A rational wisdom is virtue. In fact, Socrates was condemned for insisting that rational wisdom is virtue and all those who cannot afford are ignorant and not qualified for political leadership. The Stoics also maintained that all those who are void of rational wisdom are not wise. Until one is able to speculate on issues in an attempt to provide answers, he is at his best a fool.

In a summary, early Greek philosophers believe that *virtue* is *happy life*, and virtue is rational wisdom. So you seem to be happy and wise is to be taught rationalism. When this tendency was applied in Christianity, we all know the result, *heresy*. The history of Christian doctrinal development was nothing less or more but of rationalism.

Medieval philosophy is characterized by rationalism. People were trying to find rational answers to and for the existence of God and problem of evil. Life is doom and meaningless if we cannot explain these issues in a convenient and convincing terms. From Renaissance to 18th century, rationalism had reached its climax. When Kant came on board, he declared rationalism a waste of time and sheer vanity. There is no answer for every cause of event. Man cannot rationally prove the existence of God and the problem of evil. To insist on this is nothing but intellectual madness.

Today we have our rationalism in a different dimension. Our own rationalism is what I call "educationalism," an endless learning. Learning that is not to *know* but to *show*. Knowledge, we claim, is "power", "light", "value" and in short, "everything". It is indispensable, we cannot do without it. The wise, happy and successful man is the *learned or trained* person. Those who cannot afford a formal education should be ready to bear their plight. If you cannot speak good grammar, you have no right to speak at all. Those who failed WAEC or GSSCE are dull and have lost hope of having a happy life. The only alternative for such is to join the street gangs and area boys. Sin is ignorance, and sinners are the uneducated. The true meaning of life is expressed in terms of endless research, new discoveries and inventions.

But alas, how untrue is this assumption! "I have seen all the things that are done under the sun; all of them are meaningless, a chasing after the wind." Why? Because **"what is twisted cannot be straightened; what is lacking cannot be counted."** The reason rationalism and endless studies cannot be the true meaning of life is that, man, as a created being, is limited and lacking in perfect knowledge of things. God has made life the way it is – a mixture – mixture of joy and pain, and it is beautiful, perfect and eternal. No man can add on or reduce from it (Eccl. 3:14). Rationalists consider the problem of existence and of evil as *twisted,* contradictory and ridiculous. How can an omnipotent God, inscrutable in wisdom produce a confused world? That is a *twisted* matter. He (God) may be lacking – lacking in power, goodness and wisdom. Yet they (philosophers, rational) cannot straighten it. "What is *twisted* cannot be *straightened."*

Man is lacking in wisdom to comprehend in full the person of God and his (God) creation, and of course, the things he lets happen in his divine providence. We must acknowledge and confess our weakness here as Solomon did.

> *When I applied my mind to know wisdom and to observe man's labor on earth - his ways are not seeing sleep day or night - then I saw all that God has done.* ***No one can comprehend what goes on under the sun. Despite all his efforts to search it out, man cannot discover its meaning. Even if a wise man claims he knows, he cannot really comprehend it*** *(Eccl 8:16-17).*

No matter what, we cannot understand the *cause of every event under the sun,* not only that we are limited in knowledge but also that the things that are happening under the sun are too much in volume and length. Events are always occurring, before you finish knowing the "why" of this event, others are already taking place, and even if we let not our eyes to see sleep day or night, we "cannot really comprehend it".

If we claim and insist that we can comprehend the cause of every event, we are only adding to our burdens. "For with much wisdom comes much sorrow; the more knowledge the more grief" (Eccl. 1:18). Curiosity is a real mental disease. When we strive to understand something but cannot, we feel unhappy and sorrowful and when we think we know, yet we cannot know, we add to our sorrow. That is grief. "The more knowledge, the more grief."

The history of rational philosophy is history of a quest for answers about the existence of God and human suffering, yet there is no tangible answer up till date. *"What is twisted cannot be straightened"*. Thomas Aquinas thought he got the answer on the existence of God but Karl Barth and the Reformers sooner or later threw him off; Anselm made an attempt but Gaunilo soon counter-exemplified his proof. Every answer to the problem of existence and of evil, at its best, is a potential *twist,* contradiction and confusion. Many great philosophers have relinquished on the hope of reliable answers to why life is the way it is and died in pain, sorrow and grief that they could not.

Science and technology at their best are only complicating issues. The problems science has "invented" are more than solutions proffered. What we claim is a solution to a particular issue is, at the same time a new issue on its own. Invention is never a solution to or meaning of life. Human civilization is nothing but human plight and destruction no matter how good it appears to be at the moment. "There is a way that seems right to everybody, but at the end is destruction" (Prov. 16.25). "And when they shall say peace, peace, then shall a sudden destruction shall over take them like a women in labor."

The fact is that the more we advance in learning the more we add to our sorrow and grief. All we need to do is to *consider what God has done. Who can straighten what he has made crooked? When times are good, (lets) be happy; but when times are bad, (lets) consider: God has made the one as well as the other. Therefore, a man cannot discover anything about his future. (Eccl 7:13-14)*

To insist on providing rational answer(s) to all the "why" questions on the problem of human suffering is nothing but rebellion against God which is impossible. For "whatever exist has already been named, and what man is has been known; no man can contend with one who is stronger than he" (man) (Eccl. 6:10).

Rationalism and endless learning are vanity, waste of time and oneself. But before you may think *Qohelet* is completely against rationality, let me hurry to tell you he is not! What *Qohelet* is against is rationalism not rationality! Man must think. Man must reason; his counsel in Eccl. 12:12 justified everything. He is not saying we should cease from learning, making research but we should be careful of extremism, going beyond the boundary. That is the point – when we study not to learn but to explore and criticize, and rationalism is an attempt to do so. Things that are revealed to us we shall know, but what is not revealed is *"lacking"*, "it cannot be counted" (Eccl. 1:15). "The secret thing belongs to the Lord our God, but the things revealed belong to us and to our children forever, that we may follow all the words of this law" (Deut. 29:29). Thus is rationalism, overthrown.

Chapter Five

False Meaning Of Life: Pleasure Or Madness (Part 2)

Now rationalism has failed. It does not work. It does not pray. The one and only way out now is to cleave to folly, a life of pleasure. What is folly or madness? Well, I remember talking with myself alone and loudly, when a girl heard me, she said, "Uncle, are you mad?" Her meaning of madness, as many assume, is mental insanity, a psychological definition of madness. But this cannot be true. In the world of philosophy, madness is to refuse to think and reason. It is to refuse to be conscious of your environment and situation. Madness in short, is an escape from reason. Kant already set the ground for this.

Since we cannot provide rational answers to our "why questions" on existence and suffering people say,

"Let's close our eyes on the problem and pretend as if it were not there." "Let's refuse to think on the issue for we cannot do anything else to solve it. For whether you care or not, it makes no difference. So why care on what you cannot change? Is not that madness itself?" Let man be conscious of nothing around him but himself and himself alone (individualism). What matters in this life is not *whyis this like this*? But *what gives me fun?* "What kicks me?" "What helps me forget the issues around me?" "What helps stop me from reasoning and being moral?" And the answer is **madness**, a pleasure-seeking life. Life is about eating and drinking, marrying and giving in marriage, planting and building period. Fun or pleasure is the meaning of life. If you want to be happy, build yourself beautiful houses, plant vineyards, make gardens and parks, grow herds of cattle and flocks of sheep, amass yourself silver and gold, marry a thousand wives with many slaves and concubines, get wonderful musicians around or close by, and life is intact. Make fun! (Eccl. 2:1-10). Whatever your eyes desire, withhold it not. Indulgence is happiness. Have no time to care for anything neither should you give attention to anything negative about yourself. All you have and need in life is yourself and your possessions, period. Individualism is the way to go. Nobody dares talk to me. I don't care what others are doing and saying about me. All I need about myself is I and what I think about myself and do to myself. Nothing exists but me! Authenticity is morality. Man must be free, completely free to do what he thinks and likes without any restriction. Man can do anything he likes and embrace anything he finds. "What is is right" such is the morality Sades Maquis has handed over to us.

In our postmodern generation, life is becoming exceedingly cryptic and unbearable. People are not sure if life is worth living at all. They have resolved to think that the meaningful life is madness and folly. You can only be happy and make sense when you choose to be a fool in terms of escape from reason. We have immorality, morality; evil, good and black, white.

One of the prevalent forms of madness today is sexism. Sex is argued to be vital for our well-being and therefore should not be deprived of it at any stage in life and point in time. Perhaps, it is the effect of Sigmund Freud's psycho-analysis and philosophy. Our young men, he argued, should not be asked to disengage from sex but be encouraged to do so, for when they are suppressed of the feeling, it will result to mental health. All we need to do is to provide them with contraceptic devices like CD, and allow them enjoy life. Again, as we observe daily, if your small scale business is not growing fast and attracting more customers, all you need to do is to get some nude pictures of some fine babes and place them around, or play some erotic and romantic blue films along with some sex-stimulating songs and behold, your business will prosper! Sex, in any way, is the order of the day. Media and communication have only made it easier for us. We capture sexual scenes and send it on the net to watch on our smart phones. If you want to masturbate or regale yourself, turn to the phone on net and you access everything.

In order to authenticate oneself for this kind of life, drugs and alcoholism are advocated to help you turn mad to the good culture and norms of the society. There is no point to stay. Your psycho-active drugs are working.

Such is the life we are into. What has Solomon got to say? **But behold this too was vanity.** "I said of laughter, madness and pleasure, what doeth it?" (Eccl. 2:1-2). "All was vanity and a chasing after the wind..." (Eccl. 2:11). What Solomon is saying, in essence, is that if materialism is what people need to be happy and secured, then of all people of his time, he should have been the happiest person. He was the richest person of his contemporary, everybody knew that. He lacked nothing and denied not his eyes from whatsoever they so desired, neither deprived himself of any joy. But alas! He was never happy, never secured. Materialism is all but in vain. Man is a unity of body and soul. If you care for the other at the expense of the other, there shall be no peace, joy and happiness.

We will explore more of the reason why Solomon condemned secular existentialism as sheer vanity in the next chapter and beyond. I encourage you to follow on!

Chapter Six

The Philosopher's Defence Of His Claim: The Six Realities Of Life

Anyone who ruminates well in life will discover that life on earth is not a play thing. It is real and has realities that we can never and forever escape no matter we pretend about them, we just cannot escape. Of course, we may pretend but dare not deny them (the realities) and the facts they stand for. The truth is that whoever understands those realities of life will need no further argument to convince him that *secular existentialism* is vanity and that human achievement at its best is a vapor. If the six realities of life cannot change your mentality of life, nothing else can do so. You are just an adamant.

Solomon, having declared secular existentialism chief of vanity in vs. 2, went on to support his claim by the six realities, reasons, or premises; if you prefer it that way. Here they are:

1. The Reality of Priority vs. 3

Life is a priority. Miss this fact and endanger your life. Life is not a chance. There is no random existence neither shall there be random order and progress. The scientific theory of random motion has no place here. There is order in life, order of priority. First thing first then the next. Whatever is a priority is a need, an ultimate concern. We cannot do without it, we cannot proceed to the next without given its due consideration and perhaps we insist, we will definitely end up in chaos, for we cannot violate the order of priority.

The economist and humanities have deceived us to think that human need or priority is food and the arts. The anthropologists including the socialists on the other hand, are claiming that human priority is fellow human. All of these are correct in their proper places. But you cannot meet the religious man, the Christian man in particular, for long, to know that all the above said are secondary, not priority. What do we need all the food and the arts and the fellow for but not for life? If there is no life (soul) what are all the *labors* for? "Is not *life* (biological life) more important than food and the body more important than the clothes?" (Matt. 6:25c)

But this is by the way. More important than biographical life is one's salvation. This is the highest priority. Jesus said, "One thing is needful," our salvation in Christ. That is priority. Busy yourself with it. Life as we shall soon see is a pilgrimage. When we pass on to the next world, materialism does not help at all! It does not profit or gain you at all, yet is what we toil or labor for. This is the reason why Jesus asked the question, "What does it profit a man to gain (possess) the whole world but at the end losses his soul?" The same question Solomon but across here "What does man gain from all his labor at which he toils under the sun?" *Gain* is not an immediate profit but a reward of a hard labor at the end. The point is that, after all our toils here on earth for materialism and pleasure, what will be the reward of it to us at the end? We have invested ourselves on vanity.

I imagine some people thinking that Solomon, Jesus and some of us are anti-materialism. But that is not true. Our point is that one thing must come first before the next. There is no topsy-turvy in life. "Seek first the kingdom of God and its righteousness and all these things shall be added to you" (Matt. 6:33).

Priority matters. Jesus emphasizes this throughout his teaching in the New Testament especially in Matt. 6:25-33. So also his disciples – Paul being the chief of them. For what is madness to me without life, but dead? Let's think again.

2. The Reality of Death - vs. 4

Life is a transit. We don't live forever. People come by birth and pass or leave away by death. "One generation passes and another comes..." As we come, so we go back without taking anything – leaving our great wealth behind (Job 1:21, 1 Tim. 6:7). "... but the earth remains forever." We will never take wealth to heaven. And now, if it's of any value, I mean, if it's the meaning of life, why do we not take it along with us when we pass away, but leave it behind? That is enough reason why materialism is vanity.

Whenever people miss out on this reality, they run into risk. This reality is constantly reflected and reiterated in the New Testament. To take but one instance, Jesus told us the story of a rich fool in Luke 12:13-23. There was the man, he had labored and amassed wealth, now an affluent he told himself, "Let me relax and enjoy *myself* forever, only himself!" He seems to have forgotten about death and thought to live forever. But alas! No sooner or later the dreadful news of death came to him, "You fool, and your life is needed this night." Where will he boast again? Did his wealth save him? Did he carry a portion along with him to the grave and beyond? "...but the earth remains forever." The reality of death is enough evidence to condemn materialism and pleasure.

The truth is, whenever we faithfully reflect on death, we are most likely to give to despair on all our great achievements. What great achievements that you will sooner or later die to forget behind? Who knows whether the one to inherit be wise or fool? (Eccl. 2:15-23). You have worked for vanity.

3. The Reality of Imperfection -vs. 5 & 3:1-8

Nothing is permanent in this life. All things are bound to change. There is morning, there is noon, and there is evening. "The sun rises, the sun falls again" and life is a rising and falling "intonation". The way you are today may not be the same tomorrow. You may be rich today, but poor tomorrow, and vice versa. You may be young now, but old tomorrow; you may laugh now, but cry later. Nothing is perfect, nothing is permanent.

Rejoice not at any state of life, it may turn otherwise. There were men who were rich, but now poor; there were men who were poor, but now rich; there were nations that rose in power, but now are fallen; there were nations that were fallen, but now risen; there were people considered dull, but now intelligent; there were people considered intelligent but now dull. In a word, no condition is permanent. And now what is materialism to me that is today, but tomorrow isn't? "Vanity of vanity everything is vanity"

4. The Reality of Violence - vs. 6 & 4:1-3:

Life is full of violence (Babel) v. 6. The blowing of the *whirlwind* from south to north again and again signifies violence. There is war and rumors of war all over the world. Insecurity is everywhere, you may cry, "Peace, peace", in the north now, but before you know it, confusion surrounds it. No part of this world is secure. Developed countries of this world are full of violence and insecurity more than any under-developed countries. Violence goes round from time to time, and lives, properties and cities are destroyed wherever it goes. Materialism doesn't help. We look for something instead, that will save and give us joy in our despair. We are all aware of the political rivalries, religious conflicts and social revolutions that started some years back in France, America, and recently, in African nations; Egypt, Tunisia, Libya, etc. Round and round again and again it goes. Do we say life is meaningful in the midst of violence, war and rumors or war? But did we still pursue materialism and hold to it for comfort and security? Let's think well.

The disciples of Jesus were void of this reality and so they said to him, "Look Teacher, what massive stones! What magnificent building!" (Mk. 13:1) I may continue, "What glorious kingdom? What great wealth?" etc. But what was Jesus' answer? "Do you see all these great buildings? Not one stone here will be left on another, everyone will be thrown down" (Mk. 13:2). That it is all. "Everyone will be thrown down." Violence and destruction must come. The *wind* must blow from the north to the south; round and around it goes. Wonderful houses are being destroyed, great cathedrals are battered down, kingdoms are pulled to the ground, lives and properties are burnt and lost. People are always in fear, and many victims involved are refugees in foreign lands – without food, without clothing, without home, without relations – everything is hopeless. They cannot boast of their former glories and achievements – all are destroyed and no more to trace. They have to start life all over again on a different scale. Such is the horror of war and pleasure and materialism cannot face it neither are they of help to the affected.

5. Reality of Discontentment - vs. 7-8, 4:5-12

Life is like these four things that never say, "Enough", *the seas*, the *barren womb, the earth and the fire* (Prov. 30:15-16). Men are full of lust, appetite, that never say, enough. Like the eye and the ear, they are never satisfied with seeing and hearing. They accumulate wealth, but want to gather it more. To put it differently, the more you become rich, the poorer you become and the more you want to be rich and get more. Materialism doesn't satisfy human lust. Rich people are always working to be richer. If materialism satisfies, why do they keep struggling? Experience also reveals that rich people are the most unsecure, unhappy, miserable persons on earth. They live in constant fear for their lives and wealth. Some misfortunes can befall them at any time. What meaning is in this life?

6. Reality of History/Rotation

Everything is a repetition. Nothing is new. Modern civilization at its best is a history. It has already existed in the past. There is nothing new; there is nothing to be proud about. Every new discovery is a history. "What has been, that will be; what has been done, that will be done" (1:9).

Chapter Seven

The Theological Interpretation Of Chapter 3 & 4: The Question Of Human Sufferings

The Painful Experience

Solomon had put to silence the materialists and pleasure-seekers. But then there is one thing he couldn't escape, the question of death. Why do people die? That isn't even his concern. His concern is why does God allow the righteous to both suffer and die as the wicked? Why is it that God seems to treat us equal with the wicked? We all have the same lot. Death comes to all. We all suffer and die and are forgotten. Worse, the righteous person may die and leave his properties to the hand of the wicked, who knows? (Eccl. 2:18-19).

More painful enough, what have we, (the righteous) gotten to boast about? As obedient children, what marks our difference from the wicked? If we are obedient, why do we suffer? If we are obedient, why do we die? If we are obedient, why do we become sick sometimes, and also suffer lack? If we are obedient, why doesn't God answer our prayer to deliver immediately in times of trouble? The same way they are treated, we are treated; the same things happen to them, so to us. There is no difference, all of us are sinners; all of us are righteous. There is nothing to glory about. We have no right to regard ourselves as special people of God.

But that isn't all the experience and the argument. The indifferent act of God towards mankind reveals that God isn't just, and faithful to His promises. Does He not promise to bless the obedient and punish the ungodly? Why is He rather prospering the wicked only to add to the sorrow of the godly? (Ps. 73:1-14, Jer. 12:1-5, Mal. 3:14-15). Or otherwise God is unable to punish evil.

This then is the painful experience of not only Solomon, but all of us who live today. Day by day, we struggle with these questions with no one to help us. Eventually, sometimes, we try to charge God and blame him for injustice and unfaithfulness. What is the answer then to this painful experience? In another way, what causes suffering? That is, why do people suffer?

Let's now patiently listen to Solomon. He has a reliable answer to offer.

Primary Cause of Human Suffering: Time, Divine Decree of God

We are often apt to blame and attribute everything to man on the question of death, but the matter goes beyond man. Let's learn to accept hard truths. God is behind the question of death. But that is a mystery.

The idea of time for everything here refers to God's Divine Decree by which we mean the biblical teaching that God has destined everything and, all are working to the accomplishment of his ultimate purpose in creation. This then is based on His inscrutable wisdom and eternal goodness, directed by His sovereign power. Let me explain more by putting my point in propositional forms.

1. By Divine Decree, the matter goes beyond human disobedience, action and responsibility, although they contribute. Events aren't merely human actions and responsibilities. Is it human action to conceive in the womb, to cause

productivity of crops? If there were no possibility of conception, how will there be conception, even when there is sexual union? If there were no possibility of production, how will crops yield?

2. By Divine Decree, he doesn't order the happening of events in favor of certain people. People of God are sometimes self-righteous and self-centered to think that God does nothing but for their sake. All men are equal before God. All men are His creatures. His common grace is unto all. Death is a common grace. Therefore, both sinners and godly persons share it. You can't use God's common grace to determine who is good and who is evil. This is foolishness. God is just, God isn't partial.

3. By Divine decree, death is inevitable. Things aren't happening only to please us, but to work out the purpose of God. They must happen because they are to happen. Our complaints, arguments and sorrows can't stop them. It's beyond our control. Let's just accept with thanks and joy. This is our comfort.

4. By Divine Decree, the reason for the cause of events goes beyond our knowledge and discovery.

Events aren't always human actions and responsibilities. They go beyond that. If you interpret events in terms of human action only, you make mistakes and at the end, will get confused.

5. By Divine Decree of time, it means that no condition is permanent. Every event is bound to change with and in time. There is a time for everything under heaven. "A time to be burn, and a time to die; a time to plant, and a time to uproot; a time to kill, and a time to heal; a time to be rich and a time to be poor…" It is not our action to change the course of any event but God.

6. By Divine Decree, it means that God is in charge and control of every event. Life isn't a chance. Every event is permitted to happen by God unto the accomplishment of His plan. And what is God's plan for, but not for good? (Jer. 29:11). "All things work for good unto them who love the Lord" (Rom. 8:28). Although they don't happen to please us, but they work for our good. God is good. God is powerful. God is faithful. Let's rely on Him, no matter what. He knows what he is doing, and we will surely see it at the

end and appreciate Him for it. Let's stop our worries and our rebellious questions to give thanks to the Lord in every event He allows to happen.

Secondary Cause of Human Suffering: Sin

But is God to be blamed for every event? Is God to be blamed for social violence and injustice? If we stand like Solomon to "consider all the oppressions that take place under the sun, the tears of the victims with none to comfort them" and for sympathy, declare, more fortunate in death than are the living to be still alive. And better off than both is the yet unborn, who has not seen the wicked work that is done under the sun" (Eccl. 4:1-3), whom shall we blame? Or do we rest content that God is working His purpose in our violence?

Far from such conception! Man is to be blamed for his miseries and desolations (4:4). What causes violence and injustice? What is the reason for wars and rumors of wars? There is only one reason. *"It's the rivalry of one man for another"* (4:4). It is envy, perhaps you prefer it another way, its **competition.** Men and women are competing with one another for power and position, for knowledge and certificate, for title and popularity, materialism and pleasure. And when they can't get it, they fight and kill one another to take it by force. "For where comes war and fighting among you? Come they not hence, even of your lust that wars in your members? Ye lusts, and have not; ye kill and desire to have, and cannot obtain: ye fight and war, yet ye have not, because ye ask not." (James 4:1-2)

Sin is competition, competition with God and fellow beings. Satan competed with God for power and was overthrown (Isa. 14, Ezekiel 28). Adam and Eve competed with God for equality and fraternity and were sent out of the Garden of Eden (Gen. 3). Today, men and women compete with themselves and kill one another. This is the reason for the oppression, the violence, the injustices – competition. Is this God's action? Is this His will to fight? Is this His purpose in life? If no, is He then to use violence to fulfill His purpose? Did he not create men and women to live in unity? (Gen. 2:24, Psalm 13:3, John 17) Will God be against His will? Heaven forbid! What brings all the divisions we have today? Competition! This is human action, not God. God can't be blamed for our suffering, but ourselves. We procure it and must bear our thing.

People refuse to work, but want to eat; they refuse to go to school, but want to get a certificate (4:5-6). For quest of equality, we work and live alone – without companion only to pursue and make wealth – forgetting that "two are better than one and three-ply cord is not easily broken." There is comfort and victory in unity (7-12). He is a failure already who lives and walks alone to gather wealth. Man must repent or be condemned forever. God must always be justified. Man is his problem.

Chapter Eight

General Warnings

Warning on Religious Bargain

In the ancient Israel, people bargained with God. They would ask him for a particular favor and would promise to offer something in return, if God really favors them. Jacob founded the practice. He asked God to be with him to protect him and in return will give him (God) one tenth of his possession (Gen. 28:20-22). Jephthah peaks this practice up. He bargained with God on victory in war and promised to offer the first thing to meet him in his way from battle. Unfortunately, his one and only daughter was the first to meet him. But he had no excuse (Judges 11:30-35). The practice became a formal religious observance in Israel till date.

The problem with this practice is that, people think they can have God favor them and get away without fulfilling their part. Today, we make a fool of God in the same way. When we lack something, we pray to God to favor us promising to give something in return, but alas! Once we get what we want, we never get back to him (God) again. And when we are queried, our answer is, "It was a mistake" not knowing we are endangering our lives. The vow is sealed or stamped with authority. Once you make a vow it is sealed and failure to fulfill your part is great risk.

The church today is into such things she calls *Fund Raising*. At times like these, people stand up and promise many things just for show and popularity. Immediately, they leave, they never remember to fulfill their vows, and if they are pressed on by the church leaders, once again, their answer is, "It was a mistake". This is dangerous. *"When you make a vow to God, do not delay in fulfilling it. He has no pleasure in fools. Fulfill your vow. It is better not to vow than to make a vow and not fulfill it. Do not tell your mouth lead you into sin. And do not protest to the temple messenger, "my vow was a mistake" why should God be angry at what you say and destroy the work of your hands? Much dreaming and many words are meaningless.*

Therefore stand in awe of God - for God is in heaven and you are on earth - Eccl. 5:4-7, 2.

Religious bargain is not the way out. God cannot be lured neither can he be marketed either. Let us be careful.

Warning on the Vanities of Materialism

1. Materialism doesn't satisfy our lust - vs. 9

2. The richer you become, the more distracted, busy and insecure you are (vs. 10-11). You will not lack beggars and needy in your house. That is distraction that you are always busy, without time for reflection, meditation and fellowship with your family. The richer you become, the more your desire. You need this, you need that, you need those…That is business. The richer you are, the more insecure you are. Rich men are never at peace. They are gripped by fear for their lives and wealth, the fear of mischief. Thieves can befall them any time. Some don't even sleep at their homes.

3. It is not being rich that matters, but how you preserve and use it (vs. 12-13). What's a wealth to me that is spent on evil schemes, only at last, to

hasten my destruction? Wealth can preserve or destroy you, depending on how you use it.

4. At death, we don't take wealth along with us to heaven. As we come so we return, taking nothing (vs. 14-16, 1 Tim. 6:7). The only thing is to be content with what we have. "Having food and raiment, let's therefore be content." "Godliness is contentment." (1 Tim. 6:1-2, 5:17-19)

5. Good health is better than great wealth (6:1-2). A man who is materially rich but lacks health is the most miserable person. What is a great wealth to me without health? Its vanity, health is great wealth. If you are poor but healthy, praise God. You are the richest person. It's better to be poor but healthy than rich without health.

6. It's not how many children you have that matters, but whether you train them in the way of the Lord (6:3-6). Barren women, for a long time, are mourning women. But there is something they don't know about. That is, it's better to be childless than many children without the fear of God in them. What are a hundred children to me without the fear of God, but not to add to my sorrow and pain? It's even a great temptation. For

I may sometimes curse and regret why God has ever given them to me. There is nothing to be proud of. Let's not worry for being childless. It could be for health, joy and safety. Praise God for everything.

7. All our struggling is for our stomach, yet we are never satisfied (6:7). But life is just more than eating and drinking. There is something to do worthwhile rather than pursuing materialism.

8. All people are equal (6:8). The wise isn't better than the fool, the rich men isn't better than the poor. All of us end at death. Let's stop our proud and our difference to embrace one another. We need one another. The rich man needs the poor, the wise needs the fool, the godly needs the wicked.

9. Contentment is better than wondering eyes, lust (6:9). A lustful man is a restless man and restless man is a risky person. He can take risk for anything he lusts at. But wealth obtained in an evil way will later disappear, and at the end you become a fool. (Jer. 17:11)

10. Man is always a man (6, 10, and 12). He can't contend with God. The more his words, complaints are, the less meaningful they are (6:11). We should be warned of complaining at everything God allows to happen. Our knowledge is limited to the present. We don't know the future. God isn't after now but tomorrow. Whatever will work for our good in the future, he lets it happen. It's not what is happening now, but the result tomorrow. It may seem an evil to you; it may be painful, but when you see the result, you will rejoice that it happened. No event is an end in itself, but it happens in preparation of the end. Remember that it's rebellion when you keep questioning the reason for every event He let happen. So you must be warned that such complaint is meaningless. You can't contend with Him. He knows better than you know.

PART 2
DIVINE GUIDANCE AND COUNSELING

Chapter Nine

Goodness And Perseverance

Having seen the meaning of life, the question of human suffering and some warnings on complaints and materialism, Solomon now turns to guide and counsel his hearers on what is best and what isn't. All of us need to be guided and counseled in life. A man who doesn't heed to good advice is bound to fail. Here is a good guide on what we should know and how we should live and act in life at all times.

"Good name is better than" materialism, fine perfume." (Eccl. 7:1a)

A man of good name is a man of good character, virtues. Virtue is better than wealth. Man isn't defined by positions (economical, educational, etc.), but by virtue. Virtue is life, virtue is relationship and fellowship, virtue is eternal. Materialism breaks relationships and at the end disappears to leave us to face our sorrow. It's not what you possess but who you are that matters. You could be rich, but a fool, that is your destruction. The people we need in our homes, communities and societies are virtuous men and women. Social revolution is nothing but a cry for virtuous leaders on the throne. Let's strive for a good name.

Christians have a good name. We are named after the name (character) of Jesus, the Good Man. A Christian therefore, who looks at a materialist, and wishes himself were like him, is a fool. He has forgotten that he has something better than that. We have a good name! A good name is better than wealth. In fact, the richest person I know in the whole world is a man of virtue, and has a good name. Reverse is the case. While the materialists strive for materialism, we strive for virtue. Let's not worry.

Death is better than Pleasure (Eccl. 13:16)

To live a balanced life is both to suffer and enjoy. A man, who enjoys without suffering, is seriously on a dangerous state of life. Life constitutes of two things:

suffering and enjoyment. At birth we celebrate; at death we bear the pain.

Death reminds us that life is a pilgrimage. All of us shall sooner or later die. A man, who has forgotten this, has lost his bearing and direction of his journey in this evil life. For death is the destiny of every man. Whether we take it for granted or seriously, it will come. Death is real. Death is inevitable. Death isn't selective. This world isn't our final home. We are on a pilgrimage. We have a home far better than this in glory, a home without death, mourning, crying or pain any more, a home whose builder is God Almighty. This is our hope. Christians live in preparation of this home, and death helps them prepare well to get there.

Death Sanctifies or Purifies

People are forced to think and ask questions on what life consists of when they face the reality of death. The most common of these questions are: "Why do people die?" "Where do they go at death?" "What is the solution to death?" Questions like these, possibly lead to salvation. A young man from America was reported to believe Christ when he saw the crowd mourning for their beloved dead. He cried and asked the questions above that led him to Jesus! During the Black Death in Europe, many people turned to Jesus. Crisis has always been a means of salvation to many. Buddhism is nothing but the resultant effect of deep rumination on death. Death is not meant to make us bitter but better. We can use it creatively.

Death is inevitably and indispensably good in our lives, not in itself, but the purpose for which it's allowed. Don't consider the pain, but the result of the pain.

Pleasure has nothing to offer but the present and future destruction. The pleasure-seekers think of nothing but celebration. Life is celebration – eating and drinking, marrying and giving in marriage, buying and selling, planting and building. That is all. They aren't forced to face reality. They reject the idea of anything negative and frightening to them, and deny the reality of death. Positivism is life. But these are the ungodly. They wise aren't so. Although suffering gets man confused, but pleasure corrupts the heart (7:7).

A Wise Man's Rebuke is better than Flattery (7:5-6)

We live in days that men and women are impatient at correction. They need someone who will praise and tell them to be "something" they aren't. "All correct" is what we love to hear about ourselves. But that is wrong. You need someone to tell you, you are wrong, you are mistaken, this is the way, that isn't the way; you need someone, in short, to correct you. Wise man's correction is better than the song of fools in praise of you. He who corrects you loves you. Don't mind the manner he approaches you but whether his correction is true. What is his manner of approach to me if what is correcting me on is true? Correction isn't always done in a smooth way! Everybody has his personality and level of understanding. He is your greatest enemy who still praises you when you made a mistake, who tells you, "all correct." But you aren't an angel. Be aware of flattery!

The End is better than the Beginning (7:8)

It's not how life or events or people appear to be that matters, but how they shall be tomorrow. It's not what you do now but the end result later. We are so carried away by the present only to forget the future. That is a mistake. It isn't how you begin, but how you will end. You could begin bad and end well or vice versa. A Christian who wastes his time and effort comparing and wishing himself were the materialists whose end is bad (Psalm 37:1-2, 73:17-20) is a fool.

Patience is better than Pride (7:8b-14)

Pride is rebellion and rebellion is impatience, lack of self-control. Don't rebel. What you need is patience, which also is wisdom. Be patient and wait for God. Don't quickly be angry, and complain to sin. Patience goes with waiting. When something evil happens, don't get angry yet and condemn it wrong; when the ungodly proper in their estate, don't worry or wish you were like them, wait to consider their end. If you are controlled by patience or wisdom you preserve your life (7:12c). Impatience is disastrous and dangerous to your health. Learn to be patient with God and the way he works His things with men. What he has made crooked, you can't strengthen it. That remains. You can't discover the reason for every event God let happen. When the time is good, rejoice, when the time is evil, take head and consider least you sin by rebelling against God in asking foolish questions. God has made it that way, as well as the other, you can't reverse it. Be self-controlled.

Be Aware of Over-righteousness and Over-wickedness

To be over-righteous is to consider yourself holier than others, and think that everything should be done in favor of you. You just deserve the good things of God. If ungodly suffers, they deserve it; it's their sins. But if God bless the ungodly, you just become envious and charge God for injustice and unfaithfulness. That is over-righteousness. The common grace of God isn't interpreted in terms of obedience-sin-relationship. We don't enjoy His common grace because we are holier than others. It's wrong to interpret every misfortunate in terms of obedience. Don't be over-righteous! You will perish in your righteousness.

To be over-wicked, on the other hand, is to lose control, to be angry with God the way he does His things. You just can't take it anymore, which is foolishness. You will die before your time. Not every event happens to favor you. These are two great temptations that every Christian must be aware of, to either consider yourself too holy that you deserve the grace of God based on that holiness or lose your control at God when everything is the opposite. Be aware!

No Man is Perfect (7:20-22)

We should learn to accept simple truths. No man is perfect. The Christian man at the best of his holiness isn't perfect. He is still a man and bound to make mistakes. This truth should humble us, and we should not consider ourselves as some kind of human angels on earth. We are still men like every other man made up of flesh and blood. We err like every other person does.

By this truth, we shouldn't take the mistake of one another too serious, because we know that the person is bound to sin deliberately or unconsciously, and that we too are always found to make the same error. If somebody insults you, don't get angry yet, just know that you too, make the same mistake. A person who treats his fellow being in regard to sin as if he were an angel is self-righteous. He has forgotten that he too sins. Isn't every insult you give heed to please, you are not perfect.

There is no perfect human being but one, Jesus Christ, man among a thousand. God made us pure, but we corrupted ourselves and sought many inventions (7:23-29).

Chapter Ten

Submission

Submission is better than Rebellion (8:1-8)

Who is the wise man who has understood what we being saying? Let him judge what is right. Is it not better to submit than to rebel? "Blessed are the meek, for they shall inherit the earth" (Psalm 37:11, Mt. 5:5). To be meek is to accept failures, embarrassments and disappointments. This is true humility. A man who quarrels with God over an evil situation, isn't humble, and hasn't submitted, but is rebelling.

But let's know that God is a Supreme Being and a Sovereign Lord. What he has set out to do, you can't stop Him but you are to obey Him. Unless we submit in obedience, we will not understand what God is doing. Submit, whether you understand or not what is happening, it shall be clear to you later. "For who can say to God, what are you doing?" (8:4). Fear you not the Lord? There is time for everything. We can't escape it. Man isn't certain of his future, and so is his fear and miseries great upon Him. Let's submit to God who knows both the time and the future.

You Must Pay for Your Evil (8:9-10)

Every act of evil is an act of sowing. You will reap it tomorrow. The wicked reign over the godly to persecute them only to regret for their action later. There are times we act at our hurts, we don't know. It's not a success while you succeeded in evil acts. You are a failure already. An evil man can't stand before a judge. Let's not worry at what the Mohammedans' are doing. It's at their hurt.

Why Evils are Rampant (8:11)

We live in care-free world. Freedom is life. The UNO is doing her best to defend human right. Everyone is free to do what he likes. Men take that advantage to sin more. Therefore, evil is everywhere. But a man who plays down the grace of God will pay it for life.

It is Well with the Righteous (8:12-13)

When the righteous look at the ungodly sinning and yet succeeding, they get confused and bear their pains. They groan and complain within them, "Why is that so? Doesn't a wicked man deserve failure and condemnation? What is God doing? Surely, God isn't just". But let's know that though the ungodly sin hundreds of times and live thousands of years longer than the godly yet isn't well with his soul, but the godly. Success isn't prosperity. Success is godliness.

It doesn't matter how much you succeed in your evil work, and how long you live in this life. There shall surely come an end. God will soon chase you. Your sins will discern you out. Let's not fret ourselves when the ungodly succeed in their evil, for they shall soon pass away (Ps. 37). Again, let's know that both the righteous and the wicked are inseparable in this life therefore, needed and indispensable to the godly. There are times we are made good by their actions; there are times they are made good by our actions; there are times we are corrupted by their actions; there are times they are made worse by our deeds (8:16-17).

Chapter Eleven

Common Grace: The Justice Of God

Both the Righteous and the Wicked are God's (9:1-3)

All of us are God's creatures. He respects and cares to provide for all of our needs – as with the good, so with the sinner. Death is sentenced on all human beings, good and evil. God isn't partial. He treats us equal. His common grace isn't based on our obedience our disobedience.

But the Righteous is better than the Wicked (9:4-6)

The righteous, although they are like a "dog", yet are better than the wicked who are like a "dead lion". "A living dog is better than a dead lion." The righteous have hope but the wicked don't. A man who has hope is alive.

To have hope is to think of death and know that one day you will die. But the wicked aren't so, they are a dead lion.

Eat and be Glad, but always be Pure and Serious (9:7-10)

Having answered most of the perplessive questions on human suffering, Solomon now advices to eat and be glad. That is, to stop worrying, being angry and complaining. We shouldn't vex our souls. That is how God designs life to be. We can't do anything about it; we can't understand it. "What is crooked cannot be straightened, what is missing cannot be counted." Let's just accept it; let's just rejoice for everything. Worrying about life is an ill-health. We should eat and rejoice. God is in control, but we must be careful not to sin, but always keep our garments white. We should also love our wives and our children. We should blame them for nothing. All of us are bound to make mistakes.

We shouldn't take for granted what our hands find to do. We should do it with the whole of us. Sometimes we are carried by the insecurity and uncertainty of life only to excuse ourselves from planning and working hard while we live. Let's not mind what will happen to us and our work. Let's not worry who will inherit us when we die – whether he is man of wisdom or of folly, let's work faithfully; let's work gladly. God is in control. A man who refuses to work with the whole of his being, for the fear of insecurity, is a fool and lazy. He shouldn't be given food.

Note: *It's what you do here that determines your reward in heaven. There is no work where you are going. Don't miss the opportunity. Work!*

It's Not by Work, but by Common Grace

No man succeeds in life by his best efforts, skills, or wisdom, but by grace. If you are rich, it's not your doing, but the time to be rich; if you are poor, it's not your doing, but time to be poor; after all, no body prays and wishes to be poor. If you are favored, it's not your kindness, but the time to be favored. There is a time for everything. Let's not worry and blame one another as to, "Why are the wicked prosperous? Why are the godly poor? Why are some people dull, but some intelligent?" There is no answer to all these questions, but time happens to them all. It is not whether some are born intelligent, and some dull, or some, stupid, while some, aren't. It is time! There is a time to be dull, and a time to be intelligent. Nothing is perfect and permanent.

Note: That time happens to all, opposes strongly to laziness. You don't fold your hands and relax to say, "It's time to be poor." You are wrong!

Man Doesn't Know the Time (9:12)

Time is a mystery. Man doesn't know the time until it's revealed. He is caught in an evil time like a fish trapped in a cruel net.

Wisdom is better than Folly (9:13-18)

A man of wisdom is self-controlled and understanding. Great men of wisdom are always slow to anger. They aren't easily moved by words or circumstances. They are controlled by understanding not feelings (emotion). They think and consider before they act. Men of true wisdom aren't always popular and celebrated; their words are heard in quiet places rather than in public. Men of true wisdom are professionals on counseling, yet, they aren't always regarded. A man who is publically celebrated and a man who can't control himself at the bad words of men and evil times is a fool. He has no understanding. Dull people are characterized by anger and senseless deeds.

Chapter Twelve

Self-Control And True Wisdom: Integrity

A Little Folly Destroys Integrity (10:1-10)

A little folly is dangerous. To act without self-control is a little folly. It destroys your integrity. Nobody would like to be identified with a fool, or an angry man. He isn't far from danger. He can at any time ruin both his life and the lives of his friends. No matter how good and kind you are, if you can't control yourself in respect of anger, you are a fool. You lack sense (vs. 3).

Humility is better than Honor (10:5-7)

He who humbles himself will be lifted up, but he who honors himself will be put down. Good men are always put down and treated like slaves, while fools are given high positions in government. If you are good, you don't fit to the game. But humility is better than honor. What is that honor to me which lasts but for a moment? Don't worry if you are seen and treated like a slave. Keep doing good, God will honor you.

Whatever You Sow, the Same You Reap (10:16-19)

He who looks for trouble will find trouble; he who looks for peace will find peace. Don't be deceived! Whatever you sow, the same you shall reap. God isn't mocked (Gal. 6:7).

The Bad and the Good Government

Aristocracy is a bad government. When government officials think not on the progress of the land for the betterment of the common man, they ruin the land. That is pleasure, and pleasure is laziness (vs. 18-19). Biblical democracy is a good government. The officials don't think of themselves but the people.

Complaint Doesn't Pay (10:20)

Complaint will rather put you into more trouble than solving your problem. Don't complain but comply. Just pray for everything.

Chapter Thirteeen

Responsibility: Moral And Spiritual

Giving is better than Storing (11:1-3)

Don't hold your life and your goods to yourself alone. That is selfishness. Give away what you have and that is true investment. Giving is like sowing seed. You will reap more later. "Cast your bread on the waters, for after many days you will find it again." "Give portion to seven. Yes, to eight, for you don't know what disaster may come on the land" (11:1-2). It's better to give and get it later than to keep while some mischiefs fall upon it.

Moral Responsibility and its Barrier

Man, in the words of the anthropologists is born with one need – to love and care for his fellow as himself but that is not always the case. Sometimes, we let individualism or our views of the nature of life control us. We read from 2:14-23 the painful experience of Solomon – the fact that all men and women – whatever their classes be, share the same fate – death. The *wise* (Philosopher) dies like the *mad* (the fool, the pleasure-seeker) and all will sooner or later be forgotten and their works. What is the point of being wise or mad? Are the wise in any way better than the fools? Can they boast of their wisdom? How did the wise? Like the fools? (Eccl. 2:16). Is being wise of any value, then? Not so yet.

More painful is the fact that the wise may die and leave his wealth behind without knowledge of who will inherit it. He could be a fool, who knows? It might have taken you a lifetime to get what you have now but just in a short amount of time, a certain prater fool will squander it all. What is the meaning? (Eccl. 2:20-22). Is it not better we do nothing while we live? Why work for what you cannot live to enjoy or to see who will inherit it?

This is the thought of Solomon and so he became inactive and very reluctant towards work. Many of us are like Solomon. The Thessalonians were ready to quit work because Jesus would soon come and the world would be finished. What is the point of endless striving to accumulate wealth when you will soon die or be transformed into heaven where you do not need any of such things? During the First World War, people were very weak in thinking the world had come to an end. They refused to work and plan life until later they realized that there was still time to exist and live in the world. In 1973, people were deceived that the world was going to end. Consequently many ceased from business and freely gave out all that was in stores and shops, others refused to form – waiting for the rapture to take place, until they were pressed by hunger and returned to work and business.

In this chapter, the lesson is that whoever is going to inherit us – whether he is a fool or wise it does not matter, and we should not accumulate wealth into ourselves – waiting for some good men to inherit but share it with all people. This is the good use of and ways to spend money or wealth. We must "cast our bread upon the waters, for after many days we will find it again." We must "give portions to seven, yes to eight. For we do not know what disaster may come upon the land" (Eccl. 11:1-2). Wealth or money is for giving and sharing. Whoever keeps it for himself is fool and will not end well. We must support and care for others with our wealth. This is our moral responsibility. For wealth kept to oneself does not benefit him "except to feast his eyes on them". Share it and that is true investment. You will reap in the future if you attend to those in need.

Accordingly, the next lesson is that man should not cease from work no matter the situation (Eccl. 11:4-6). He should continue to work to empower himself and others. Man should not be tempted by the conditions of the time. "In the morning man should sow his seed, and at the evening man should not let his hands be idle, for he does not know which will succeed, whether this or that, or both will do equally well." (Eccl. 11:6). Life is not arithmetic's. If you keep calculating on everything, you will never have anything done (Eccl. 11:4). You must not wait for people to be good to help them neither should you wait for perfect conditions to work. As we have seen already, there is no perfect condition. As Martin Luther King, Jr. would put it, "Every time is right for doing what is right". I do not seem to agree with the common expression, "God's time is the best". Every time is God's time and God demands that we utilize every single second of time. There is no appointed time to doing well.

Man must give and share his wealth to all. Man must also work whether the world is going to end now or not. "Whatever your hand finds to do, do it with all your might, for in the grave where you are going there is neither working nor planning nor knowledge nor wisdom" (Eccl. 11:10). Your hands should look for something to do, don't wait for employment. Man must employ himself or else he is no man.

Spiritual Responsibility and its Barriers Eccl. 11:7-10

Man is a being in God's image created to live in communion with and depending on God but often times, man is taken away by his youthfulness, the glory of his life. Man at his youth tends to forget God and relies on himself – his intellect, his method, his strength, his money, his thoughts and counsels. As long as man is strong and healthy, God does not matter. This is the likely attitude of the youths.

But what could have led to this? Ignorance of the realities of the fact that, firstly, life on earth is imperfect, no condition is permanent. There is a time for everything (Eccl. 3:1-8). Youthfulness does not last forever. "The sun rises; the sun sets and hurries back to its circuit." Such is life – raising and falling. You are a youth today, but do not be surprised, tomorrow you are an old man, a dying folk with no strength.

Secondly, life is a transit. Man is on his way to death from the day he is born. We are on earth on a mission after which we leave for our eternal home where we will be asked to account for our mission on earth (judgment). If you are deceived by the vanity of youthfulness not to fulfill your mission, what have you got to tell your creator? Has he (God) sinned to provide youthful age? But can you excuse yourself with this? I think not. Youthfulness and vigor are vanity. "So then, banish anxiety from your heart and cast off the troubles of your body for youthfulness and vigor are meaningless." (11:10)

Warning: *Whoever fails to do what he ought to have done in his youth, will live to sincerely regret it in the future at his old age. In fact, one of the problems of aging is memory of irresponsibility in the past. The cry always is "had I known..." There are two things to face namely, to die young and or at old age.*

What man ought to do at his youth is to "remember his creator in the days of his youth" (12:1). It will be too late at old age seeing it is characterized by weakness, discomfort and fear. The aging is real and must come. You can only prepare for it by remembering your God at your youthful age and not only that, but also save yourself from eternal condemnation. God looks to walk with young guys. Read the history of all the men God used, they were all youths and because they served God during their youthfulness, they end well at their old age.

Remember him (God) while you are young, it will profit you when you are old and dead. If you refuse to head to all the counsels offered then, be reminded in a closing remark that "**Meaningless! Meaningless! Everything is meaningless!"**

Recommendation Eccl. 12:11-12

Every good discourse by any good guru must be recommended. When Philip of Macedonia looked for a tutor to teach his son, Alexander, Aristotle was recommended. When Zeno read Xylophone's works and looked for a man like him, Crates was recommended. When Jesus taught on the Mount, the people recommended his teaching as an authority. We may choose to go with a teacher and his teaching depending on the recommendation given.

Solomon was not only a recommended wise (good) teacher but also a *learned* man and that what he taught to people was true and upright. There is no recommendation that passes this, for anything more than this is sheer exaggeration and that is non-sense. That we neglect this book, Ecclesiastes, is not because it is not inspiring but we are just ignorant. Revelation is matter of truth and morality and this is exactly what the teachings in Ecclesiastes contain. Unless we are looking for something else, this book has all it takes to be part of the canonical books.

Passing Remark!

It is not enough to be good alone but you should also be a learned person! We have some pastors who tend to emphasis good character, spirit-filled at the expense of studies. But that is a mistake! Every pastor, who is a man of God, must be both good and learned. There is no room for ignorance in God's business! You must be studious if you would like to make any impact and be relevant. Solomon "searched out to set in order many proverbs". In fact, being studious is not enough, you must "set in order" that which we sought out. That is logic. Logic is Christian! But one must be careful of going to an extreme of making studies or research an end in itself. It does not only undermine the place of God but also destroys one's health. So be warned!

Chapter Fourteen

The True Meaning Of Life: Covenant Loyalty

Solomon has convincingly debated and successfully disputed secular existentialism from being the true meaning of life. But what then is the true meaning of life? What gives true satisfaction? What is the one thing man is created and born to do on earth? This is the question this chapter will set out to answer.

There have been many scholars who are always tempted to think that the only inspired part of this book, Ecclesiastes, is vs.13 of chapter 12 of which for its sake, the whole book was canonized, and of which without it, the whole book could have been no different from Plato's or Stoic's philosophy. What such scholars are ignorant of is the theology of the Torah, the five books of Moses (the Law) and the basis on which the prophetic books were founded and developed. Whoever loses sight of the theology of the Law is completely blind of God's plan for mankind and Christians theology and has no right whatsoever to dictate or suggest anything for us.

The theology of the Torah is the complete and absolute theology of the whole Old Testament books and upon which the New Testament is founded and established. Remove the Torah and there is no Old Testament at all.

The Old Testament theology is the covenant – the redemptive covenant of life between God and Israel – God being the initiator. Commitment and loyalty to this agreement that God made with his people Israel is expressed in terms of absolute obedience to God by diligent keeping of the covenant laws or regulations – a duty called the FEAR OF GOD. The point is that, whoever is loyal to the covenant must do so by keeping God's commandments.

The expression **fear God and keep his commandments** therefore, does not only reflect the Old Testament theology but proceeds directly from it. The Jews have no room for anything less or more than obedience to God's commandments. This is their only duty in the highest order. They either obey God's commandments to live or disobey to die. That is the point. It is a matter of death or life. Obedience attracts blessings and disobedience attracts curses (Deut. 27-28). A meaningful life is total obedience to God. Life is not about questioning God why this? Why that? Why those? Why me? That is rebellion. You cannot question God on what he lets happen. Your duty is to obey – period. If God asks you to kill your son – may be your one and only son, you must not wait to ask or understand why before you do so. Just obey! This is the only way into a happy life – absolute obedience to God.

Well, you may think and object that as a Jewish thing, and think that it does not apply to me. But I tell you it is not. It applies to you as well. The only ground to live at peace with God, yourself, fellow beings and nature is obedience. Remove obedience and all you have is chaos. But the text has to say more than this.

The covenant reveals something more than just obedience to some set rules and regulations. The covenant reveals *fellowship or communion* with God and other fellow beings and nature. This is the only true meaning of life – to live in fellowship with God and men. Anything less or more than this is not only wrong but absolutely wrong! In this fellowship, nothing is, and should be a barrier – no, not even sin. Age, gender, race, status – be it religious, social, political, educational or otherwise are not and never will be a barrier. If we let them so, it is because of our ignorance. Whatever that tends to separate our fellowship with God and men, we must quickly pronounce it vanity.

True life is never defined in terms of materialism and power but fellowship. Fellowship is the only reason and purpose for which God revealed himself to create us and even when we went our way, he (God) would still send his son to die a human death to save us and restore us back to a state of fellowship with him. A meaningful life is a life of fellowship. In fact, the beauty of life is in fellowship not materialism (Psalms 133). If we have the whole world without fellowship and peace, we have gained nothing, all is vanity. We seem to advance in our science and technology and globalization has made the world a global village, but it appears we are for removed from one another. We are still missing a vital element – fellowship with God and fellow beings, our dignity. Fellowship is the only one deed we are born for. No matter how good our work appears to be, if it is not taken in relation to and with God and fellow beings, then that is evil in the highest rank. Nothing is good on it is own but in rank. Nothing is good on it is own but in relation to God and fellow beings. Truly, life without fellowship is miserable, meaningless and pointless.

But in order to appropriate this fellowship there are responsibilities set for each party or members. That calls for obedience, gracious not legal obedience. Man must play his own part; man must perform his duty. Thus, the commandments of God express nothing but man's responsibility to keeping the covenant laws.

Man must play his part or be held accountable. If we take our primary responsibilities for granted, we will surely live to account for it in the last days. "For God will bring everything and deed into judgment including every hidden thing, whether it is good or evil" (12:14).

REFERENCE

Bellheimer, E. Paul. *The Mystery of His Providence*. Eastbourne: Kingsway Publications, 1983.

Billheimer, E. Paul. *Adventure in Adversity*, Eastbourne: Kingsway Publication, 1984.

Brown, Collon. *Philosophy and the Christian Faith*. Downers Grove, Illinois, Inter-Varsity press, 1968.

Bruegemann, Walter. *Theology of the Old Testament*. Meaniapolis: Fortress Press, 1997.

Crenshaw, L. James. *Ecclesiastes*. Philadelphia: The Westminster Press, 1987.

Davidson, Robert. *Ecclesiastes and Song of Solomon*. Philadelphia: Westerminster Press, 1986.

Ellul, Jacques. *Reason for Being*. Grand Rapids, Michigan: William B. Eerdman Publishing Company, 1990.

Erickson, Millard J. *Christian Theology*. Grand Rapids, Michigan: Baker Books House, 1986.

Farmer, A. Kathleen. *Who Knows What is Good?* Grand Rapids, Michigan; William B. Eerdman Publishing Co.

Feifel, Herman. *The Meaning of Death.* Sydney: McGraw-Hill Book Company, 1959.

Ferguson, Everett. *Backgrounds of Early Christianity.* Grand Rapids, Michigan: William B. Eerdman Publishing Company, 2003.

Frankl E. Victor. *The Doctor and the Soul.* New York: Alfred A. Knoff, 1960.

Frankl, E. Victor. *Psychotherapy and Existentialism.* New York: A Touchstone Book, 1969.

Gordis, Robert. *Qohelet, the Man and his World.* New York: Schoken Books, 1968.

Grenz, J. Stanley. *Theology for the Community of God.* Carlisle, UK: The Paternoster Press, 1994.

Honderich, Ted. *Philosophy Through Its Past.* England: Penguin Books, 1984.

Keddie, J. Gordon. *Looking for the Good Life.* Philpsburg, New Jersey: Presbyterian and Reformed Publishing Company, 1991.

Kidner, Derek. *A Time to Mourn and a Time to Dance.* England: Inter-Varsity Press, 1976.

Kidner, Derek. *The Message of Ecclesiastes.* England: Inter-Varsity press, 2007.

Kidner, Derek. *The Wisdom of Proverbs, Job and Ecclesiastes*. Downers Grove: Illinois, 1985.

Kreeft, Peter. *Making Sense Out of Suffering*. Auckland: Hodder and Stoughton, 1986.

Leupoid, H.C. *Exposition of Ecclesiastes*. London: Evangelical Press, 1972.

Lewis, C. S. *The Problem of Pain*. Toronto: A Touchstone Book, 1996.

Marril, H. Eugene. *Everlasting Dominion*. Nashville, Tennessee: Baker House Publishing Group, 2006.

Moore, Thomas. *Care of Soul*. New York: Harper Perennial, 1992.

Provan, Lain. *The NIV Application Commentary* (Ecclesiastes Songs of Solomon) Grand Rapids, Michigan: Zondervan, 2001.

Quoist, Michel. *The Christian Response*. Ireland: Gill and Macmillan, 1970.

Schaeffer, A. Francis. *Escape from Reason*. London: Intervarsity Press, 1968.

Tatford, Fredk A. *Life is not all Honey*. Eastbounce: Upperton Press 1971.

Tourmier, Paul. *Creative Suffering.* London: SCM Press Ltd., 1982.

Triton, A.N. *Whose World?* London: Intervarsity Press, 1970.

Wiersbe, Warren. *Why Us?* Britain: Intervarsity Press, 1984.

Zuck, B. Roy. *Reflecting with Solomon.* Grand Rapids, Michigan: Baker Books, 1994.

WISDOM FOR LIVING: Synthetic Studies In Ecclesiastes

www.ingramcontent.com/pod-product-compliance
Lightning Source LLC
LaVergne TN
LVHW011728060526
838200LV00051B/3074

CHƯƠNG I

Vai trò của tự lực và tha lực trong sự tu tập

Về mặt từ ngữ, tự lực và tha lực đều là những từ có gốc Hán-Việt. Chữ lực (力) được dùng để chỉ sức lực, năng lực, hay nói một cách khái quát hơn là khả năng gây ra ảnh hưởng, tác động đến một đối tượng nào đó. Tự lực (自力) là chỉ việc sử dụng năng lực, khả năng của chính bản thân mình nhằm tạo ra một ảnh hưởng, tác động chuyển biến đến tự thân và môi trường. Tha lực (他力) chỉ cho những năng lực, khả năng có được từ bên ngoài nhưng có thể gây ảnh hưởng, tác động chuyển biến theo cách nào đó đến đối tượng tiếp nhận. Khi chúng ta đẩy một cái ghế dịch chuyển trên sàn nhà, chúng ta tạo ra một tha lực đối với cái ghế và cái ghế là đối tượng tiếp nhận. Vì thế, tự lực có hàm nghĩa thiên về sự chủ động, tự tạo ra chuyển biến, trong khi tha lực hàm nghĩa có sự tiếp nhận một nguồn lực từ bên ngoài để tạo ra sự chuyển biến theo hướng mong muốn của đối tượng tiếp nhận.

Trong Phật giáo có một câu thường được xem là lời dạy của đức Phật: *"Hãy tự mình thắp đuốc lên mà đi."* Đây là một lời dạy tiêu biểu cho sự khuyến khích tự lực. Người Phật tử hiểu lời khuyên dạy này theo ý nghĩa phải tự mình nỗ lực tu tập, tự hoàn thiện chính mình. Chúng tôi chưa tìm thấy nguyên văn câu này trong Kinh điển, nên có lẽ người đời sau đã viết lại ý nghĩa lời Phật dạy theo ngôn ngữ hình tượng, hiện đại hơn, không giống như ngôn ngữ thường dùng trong các kinh văn Nam truyền cũng như Bắc truyền. Tuy nhiên, cùng một ý nghĩa tương tự với những cách diễn đạt khác có thể tìm thấy trong rất nhiều Kinh điển, chẳng hạn như câu sau đây trong kinh Đại Bát Niết-bàn (Hậu phần):

"Sau khi ta nhập Niết-bàn, đại chúng các người phải rộng tu các pháp môn, sớm thoát ra ngoài ba cõi, không được trì trệ lười nhác, buông thả phóng túng để tâm tán loạn." [1]

Trước giờ phút nhập Niết-bàn, đức Phật hối thúc các vị thánh chúng đương thời - là những vị phần lớn đã nhiều năm theo ngài tu tập - phải nỗ lực đạt đến sự giải thoát rốt ráo ra ngoài ba cõi, tức là chấm dứt vòng luân hồi sinh tử. Nhưng ngài không nhắc đến bất kỳ một yếu tố nương dựa nào khác ngoài sự tinh tấn, nỗ lực của tự thân. Một nơi khác trong kinh Đại Bát Niết-bàn

---

[1] 我涅槃後汝等大眾應廣修行早出三有，勿復懈怠散心放逸。 (Ngã niết bàn hậu, nhữ đẳng đại chúng ưng quảng tu hành, tảo xuất tam hữu, vật phục giải đãi, tán tâm, phóng dật. - Đại Chánh tạng, Tập 12, kinh số 377, trang 904, tờ a, dòng thứ 28, 29 và tờ b, dòng thứ nhất).

thuộc hệ thống Kinh điển Nam truyền, đức Phật dạy:

"Này các tỷ-kheo, nay Ta khuyên dạy các ngươi: Các pháp hữu vi là vô thường, hãy tinh tấn, chớ có phóng dật."[1]

Xin có một lưu ý nhỏ, bản Hán văn trong Đại Chánh tạng dùng hai chữ *phóng dật* (放逸), chúng tôi đã Việt dịch là "buông thả phóng túng". Bản Việt dịch của Hòa thượng Thích Minh Châu từ kinh văn Pali lại dùng đúng chữ "phóng dật" này. Qua đó chúng ta có thể thấy được sự tương đồng về ý nghĩa của hai bản kinh văn Bắc truyền và Nam truyền. Và từ nội dung tương đồng đó, chúng ta có thể khẳng định việc đức Phật luôn hết sức nhấn mạnh vào nỗ lực tự thân của mỗi người trong tiến trình tu tập hướng đến sự giải thoát.

Như vậy, tự lực trong tu tập có thể hiểu là tự mình nỗ lực thực hành theo lời Phật dạy, cụ thể hơn là tu tập theo một pháp môn nào đó, nhằm tạo ra tác động, ảnh hưởng, làm chuyển hóa chính bản thân mình theo hướng ngày càng hoàn thiện hơn, và mục tiêu cuối cùng là đạt đến sự giải thoát rốt ráo. Sự tu tập đúng hướng sẽ mang lại cho chúng ta những lợi lạc an vui ngay trong đời sống hằng ngày, nên cho dù chưa đạt

---

[1] Kinh Đại Bát Niết-bàn, Tụng phẩm thứ VI, đoạn thứ 7, bản Việt dịch của Hòa thượng Thích Minh Châu.

đến giải thoát rốt ráo thì những tác động tích cực của sự tu tập vẫn luôn được nhận biết một cách cụ thể, rõ rệt.

Tuy nhiên, chúng ta đều biết rằng sự tu tập được thực hiện ngay trong cuộc sống này, với tất cả các yếu tố con người và hoàn cảnh liên quan đến đời sống quanh ta, nên những tác động, ảnh hưởng tạo ra được bằng vào sự nỗ lực tu tập cũng không thể là nguyên nhân duy nhất của sự chuyển hóa, mà nhất định còn phải xét đến những nhân duyên thuận nghịch, những bối cảnh cụ thể có ảnh hưởng đến sự tu tập. Trong kinh Đại Bát Niết-bàn, đức Phật dạy rằng:

"Tất cả các pháp đều do nhân duyên mà sinh, do nhân duyên mà diệt." [1]

Sự tu tập cũng như đời sống của mỗi chúng ta không ra ngoài "tất cả các pháp", do đó cũng không ngoài sự chi phối tương tác của các nhân duyên. Điều này có thể thấy rõ qua các nhân duyên cụ thể như được gặp Phật pháp, được nghe giảng giải, có điều kiện tu tập... đều là những thuận duyên. Nếu không có những thuận duyên liên quan, dù một người thông minh tài trí cũng không thể biết đến Phật pháp để tu tập, và do đó không có căn bản để hướng đến sự giải thoát. Ngay cả việc được sinh ra làm người cũng là một

---

[1] 一切諸法因緣故生因緣故滅。(Nhất thiết chư pháp nhân duyên cố sinh, nhân duyên cố diệt. - Đại Chánh tạng, Tập 12, kinh số 374, trang 531, tờ b, dòng thứ nhất.)

Vai trò của tự lực và tha lực trong sự tu tập

nhân duyên quan trọng, vẫn thường được nhắc đến trong nhiều kinh luận. Trong kinh Đại Bát Nê-hoàn, đức Phật nêu các yếu tố nhân duyên cho sự tu tập:

"Thân người khó được lại sẽ qua đi, có được lòng tin lại càng khó hơn, cũng giống như con rùa mù chui vào cây bộng." [1]

Ở đây sử dụng một hình ảnh ví dụ thường gặp trong nhiều Kinh điển khác. Đó là một con rùa mù sống giữa biển, 100 năm mới nổi lên một lần, lại có một khúc cây bộng, 100 năm mới trôi ngang qua chỗ con rùa một lần. Như vậy, khả năng để con rùa mù nổi lên đúng lúc gặp bộng cây và chui được vào đó là rất khó xảy ra. Đức Phật dạy rằng, được sinh ra làm người, gặp Phật pháp và phát khởi lòng tin để tu tập, cũng là điều rất khó xảy ra như thế.

Và những điều khó xảy ra như thế, tất nhiên cần phải hết sức trân trọng và tận dụng sao cho có được những kết quả tốt nhất, bởi một khi mất đi thì chúng ta thật không dễ gì tìm lại được lần nữa.

Đến đây, chúng ta có thể có được một nhận xét chung từ những điều nêu trên. Nỗ lực tự thân trong sự tu tập là điều quan trọng không thể

---

[1] 人身難得又復過是，具足信心亦復甚難，猶如盲龜值浮木孔。(Nhân thân nan đắc hựu phục quá thị, cụ túc tín tâm diệc phục thậm nan, do như manh quy trực phù mộc khổng. - Đại Chánh tạng, Tập 12, kinh số 376, trang 858, tờ c, dòng thứ 23, 24.)

thiếu, nhưng ngoài yếu tố nỗ lực tự thân, chúng ta cũng không thể phủ nhận tính thiết yếu của rất nhiều nhân duyên có thể tác động đến sự tu tập. Vận dụng tốt các yếu tố ngoại duyên trong sự tu tập chính là nền tảng để hình thành nhiều phương tiện, pháp môn tu tập trong Phật pháp. Hầu hết các tông phái Phật giáo đều có sử dụng các pháp khí, ảnh tượng, hương đèn... để làm phương tiện hỗ trợ cho sự tu tập. Người cư sĩ tại gia nếu có thể bài trí bàn thờ Phật trang nghiêm trong nhà thì sự tu tập chắc chắn sẽ được dễ dàng hơn rất nhiều. Đặc biệt đối với những người thực hành thiền quán thì một không gian thích hợp cho các buổi thiền tập là điều vô cùng quan trọng. Và bởi vì các yếu tố ngoại duyên này có thể tác động, ảnh hưởng đến sự tu tập của chúng ta, nên trong một chừng mực nào đó cũng có thể xem đó là những nguồn tha lực, cho dù chúng ta rất ít khi nhận hiểu về chúng theo cách như vậy.

Mặt khác, giáo lý đạo Phật dạy về nhân quả như một nguyên lý vận hành tự nhiên, qua đó mọi hành vi tạo tác của chúng ta đều tạo thành những nghiệp quả nhất định và chính ta phải nhận lãnh chứ không ai khác. Nghiệp lực này có tác dụng vượt qua không gian và thời gian, như trong Đại kinh Saccaka thuộc Trung bộ kinh, đức Phật dạy:

"Như vậy Ta với thiên nhãn thuần tịnh, siêu nhân, thấy sự sống chết của chúng sinh. Ta biết

rõ rằng chúng sinh, người hạ liệt, kẻ cao sang, người đẹp đẽ, kẻ thô xấu, người may mắn, kẻ bất hạnh, đều do hạnh nghiệp của họ."[1]

Như vậy, tuy nghiệp lực là do chính mỗi chúng sinh tự tạo, nhưng một khi nghiệp ấy đã khởi sinh tác dụng, như hoa đã kết thành quả, *"người hạ liệt, kẻ cao sang..."*, thì chúng sinh phải nhận lãnh tác động của nó không khác gì một lực tác động từ bên ngoài. Có thể hình dung như khi ta ném mạnh một quả bóng vào bức tường trước mặt, quả bóng nảy ngược vào người ta. Lực ném bóng là do ta tạo ra, nhưng phản lực của nó cũng tác động đến ta không khác gì được ném ra bởi một người khác.

Chính vì vậy mà Kinh điển thường đề cập đến *Tám nan xứ* (八難處), tức là tám điều kiện khó tu tập Phật pháp, bao gồm việc sinh vào địa ngục, ngạ quỷ, súc sinh, sinh về những vùng hẻo lánh kém văn minh, hoặc không có đủ các giác quan, hoặc sinh về cõi trời Trường thọ, hoặc không được gặp Phật pháp. Việc sinh vào *Tám nan xứ* là do nghiệp lực của chính ta, nhưng khi kết quả đã thành, ta đã rơi vào những hoàn cảnh đó, thì tác động xấu của chúng là điều ta phải gánh chịu, không thể tránh được. Nếu ta sinh ra quá ư nghèo khổ, hoặc sinh vào một gia đình không tin Phật pháp, hoặc gặp những người bạn

---

[1] Trung bộ kinh, Đại kinh Saccaka, bản dịch của Hòa thượng Thích Minh Châu.

xấu ngăn trở sự tu tập... đó cũng đều là những nghịch duyên, những tác động xấu.

Tóm lại, nỗ lực tự thân là điều quan trọng trước nhất trong sự tu tập, nhưng cũng giống như tất cả những sự việc khác trong thế gian này, kết quả tu tập của chúng ta vẫn phải phụ thuộc vào nhiều yếu tố liên quan khác, và do đó mà không thể phủ nhận tha lực.

Còn có những hình thức tha lực khác nữa tác động vào sự tu tập của chúng ta. Một người bạn đồng tu có thể giúp ích rất nhiều qua những chia sẻ kinh nghiệm hoặc giúp đỡ hỗ trợ. Sự quan tâm dẫn dắt của một bậc thầy là chỗ dựa vững chắc cho sự tu tập của chúng ta. Tất cả những tác động, ảnh hưởng đó đều là những nguồn tha lực được người khác hoan hỷ đưa ra và chúng ta cũng hoan hỷ tiếp nhận. Nếu chúng ta không sẵn lòng tiếp nhận, người bạn đồng tu sẽ không giúp được gì nhiều. Vị thầy cũng sẽ không giúp gì được nếu người đệ tử không đủ niềm tin và không sẵn lòng tiếp nhận sự khuyên bảo, chỉ dạy từ vị ấy.

Tuy nhiên, tha lực được đề cập trong Kinh điển còn là những khái niệm trừu tượng hơn, chẳng hạn như nguyện lực của chư Phật và Bồ Tát. Phẩm Phổ môn trong kinh Pháp Hoa là một điển hình rõ nét nhất về tha lực. Hầu hết người Phật tử đều đã từng tụng đọc phẩm Phổ môn và rất nhiều người thuộc lòng đến từng câu chữ trong đó. Đoạn đầu phẩm kinh này chép rằng:

Vai trò của tự lực và tha lực trong sự tu tập

"*Phật bảo Bồ Tát Vô Tận Ý: Thiện nam tử! Nếu có vô số trăm ngàn vạn ức chúng sinh đang chịu đựng các điều khổ não, hết lòng xưng danh hiệu Bồ Tát Quán Thế Âm, ngài liền tức thời lắng nghe theo âm thanh đó mà giải thoát cho hết thảy. Nếu có người trì niệm danh hiệu Bồ Tát Quán Thế Âm, ví như có nhảy vào lửa dữ, lửa cũng không thiêu đốt được. Đó là do sức oai thần của Bồ Tát mà được như vậy.*"[1]

Ở đây tha lực của Bồ Tát Quán Thế Âm được nêu rõ, nhưng điều đáng chú ý là tha lực này chỉ phát sinh khi có người "*hết lòng xưng danh hiệu Bồ Tát*". Nói cách khác, tha lực phát sinh như một phản ứng kết nối giữa một bên là lòng từ bi, nguyện lực, sức oai thần của Bồ Tát và một bên là tâm chân thành cầu khẩn của chúng sinh. Thiếu một trong hai điều này sẽ không có sự phát sinh tha lực.

Tương tự như vậy, chúng ta thấy Kinh điển còn đề cập đến nhiều tha lực khác như nguyện

---

[1] 佛告無盡意菩薩：善男子！若有無量百千萬億眾生受諸苦惱，聞是觀世音菩薩，一心稱名，觀世音菩薩即時觀其音聲，皆得解脫。若有持是觀世音菩薩名者，設入大火，火不能燒，由是菩薩威神力故。(Phật cáo Vô Tận Ý Bồ Tát: Thiện nam tử! Nhược hữu vô lượng bá thiên vạn ức chúng sinh thọ chư khổ não, văn thị Quán Thế Âm Bồ Tát, nhất tâm xưng danh, Quán Thế Âm Bồ Tát tức thời quán kỳ âm thanh, giai đắc giải thoát. Nhược hữu trì thị Quán Thế Âm Bồ Tát danh giả, thiết nhập đại hỏa, hỏa bất năng thiêu, do thị Bồ Tát oai thần lực cố. - Đại Chánh tạng, Tập 9, kinh số 262, trang 56, tờ c, dòng thứ 5 – 10.)

lực của đức Phật Dược Sư (Kinh Dược Sư Lưu Ly Quang Vương Phật), nguyện lực của đức Phật A-di-đà (Kinh A-di-đà), nguyện lực của Bồ Tát Địa Tạng (kinh Địa Tạng)... và rất nhiều vị Phật, Bồ Tát khác. Hơn thế nữa, trong các chuyện tiền thân (Jataka) thuộc Kinh tạng Nam truyền, chúng ta cũng tìm thấy rất nhiều câu chuyện nói về nguyện lực của đức Phật Thích-ca khi ngài còn tu hạnh Bồ Tát.

Việc tin nhận những nguồn tha lực như thế hoàn toàn không thể dựa vào tri thức lý luận thông thường, bởi sự phát sinh cũng như tác động của những tha lực ấy không thể được chứng minh cụ thể theo cách như ta có thể làm với các quy tắc vật lý hay toán học. Tuy nhiên, ta vẫn có thể nhận biết những nguồn tha lực ấy như những năng lực có thật, và ảnh hưởng của những năng lực ấy đối với chúng ta, trong sự tu tập nói riêng hay trong cuộc sống nói chung, cũng là thật có. Những năng lực như thế tuy vô hình và không thể giải thích bằng kiến thức khoa học của nhân loại hiện nay, nhưng đối với những người trong cuộc thì sự hiện hữu của những năng lực ấy lại hết sức cụ thể và không cần giải thích.

Trong thực tế, có rất nhiều ảnh hưởng, tác động thực sự hiện hữu trong vũ trụ này nhưng tri thức khoa học hiện nay vẫn chưa giải thích được. Điều đó hoàn toàn không có nghĩa là những sức mạnh hay ảnh hưởng này không tác động đến đời sống của chúng ta. Ngược lại, trong rất nhiều trường hợp, chính những tác động vô hình và không giải thích được này lại có thể tạo ra những ảnh hưởng chuyển biến cũng ở mức độ không thể giải thích được bằng những lý luận thông thường. Vì thế, nếu muốn nhận thức về các hiện tượng này một cách đúng thật, chúng ta nhất thiết phải quan sát và phân tích một cách khách quan dựa vào những gì thực sự diễn ra trong thực tế, thay vì cố chấp vào những định kiến, những quy luật hay nguyên lý vật chất vốn còn nhiều hạn chế.

Nguyên lý nhân quả cũng là điều không thể chứng minh bằng kiến thức khoa học, bởi mối liên hệ nhân quả bao giờ cũng có sự cách biệt về thời gian và không gian. Mặc dù vậy, những lời Phật dạy về nhân quả trải qua hơn 25 thế kỷ đã khẳng định tính đúng đắn đến mức không thể hoài nghi. Kinh nghiệm sống của dân gian từ bao đời cũng đã thừa nhận việc *"ở hiền gặp lành, gieo gió gặt bão"* như một nguyên lý hoàn toàn tự nhiên và xác thực, không có gì phải nghi ngờ hay bàn cãi. Hơn thế nữa, những câu chuyện có thật về nhân quả báo ứng được thu thập và truyền lại qua nhiều thế hệ cũng là những bằng chứng không thể phủ nhận.

Tương tự như thế, chúng ta cũng từng được nghe không ít những câu chuyện có thật về sự linh ứng của chư Phật, Bồ Tát khi các ngài đáp lại sự cầu nguyện chân thành tha thiết của chúng sinh. Gần đây, trang Thư viện Hoa Sen có đăng một bài viết của thầy Phổ Giác, trong đó kể chuyện về vị Hòa thượng là sư phụ của Thượng tọa Thích Nhật Từ như sau:

"Sư phụ của thầy [Thích Nhật Từ] là một Hòa thượng bị khuyết tật nói ngọng, nói đớt từ khi còn nhỏ. Ngài chỉ một lòng miên mật hành trì Pháp môn niệm danh hiệu Bồ Tát Quán Thế Âm mà sau này hết nói ngọng, nói nghiệu và thuyết pháp trôi chảy như mây, như mưa."[1]

Thật ra, có rất nhiều trường hợp linh ứng như vậy khi cầu nguyện Bồ Tát Quán Thế Âm, nhưng tôi muốn dẫn ra trường hợp này vì hai lý do đủ để người đọc có thể tin cậy. Thứ nhất, thầy Phổ Giác là anh em ruột với thầy Nhật Từ, nên có thể xem như đang kể chuyện trong nhà, không phải nghe người khác đồn đại mà nói. Thứ hai, thầy là người xuất gia đã thọ Đại giới; người cư sĩ thọ trì Năm giới còn không nói dối, huống chi một bậc tỳ-kheo, nên sự việc nhất định phải có thật.

Như vậy, tha lực từ chư Phật, Bồ Tát là thật có, theo Kinh điển có nói và cũng phù hợp với nhiều sự kiện có thật trong đời sống. Tuy vậy, vẫn còn có một số những trường hợp hoài nghi có thể cần được giải thích rõ hơn.

---

[1] Trích nguyên văn từ bài viết. Độc giả có thể xem trực tuyến bài viết ở đây: http://thuvienhoasen.org/a23996/thay-doi-van-menh.

CHƯƠNG II

Tha lực phát sinh và có tác dụng như thế nào?

*Đ*ây là một câu hỏi khó, nếu không muốn nói là vượt ngoài tầm nhận biết của tri thức chúng ta. Đối với người đã từng cảm nhận được và có đủ lòng tin, thì đây là một câu hỏi thừa, không cần phải đặt ra. Nhưng đối với những người chưa tin nhận thì có lẽ vẫn cần phải có thêm nhiều lập luận để thỏa mãn sự đòi hỏi của tri thức biện giải.

Trong Đại kinh Saccaka vừa dẫn ở một phần trước, chúng ta cũng đọc thấy đoạn sau đây:

"Với tâm định tĩnh, thuần tịnh trong sáng không cấu nhiễm, không phiền não, nhu nhuyến, dễ sử dụng, vững chắc, bình tĩnh như vậy, Ta dẫn tâm, hướng tâm đến trí tuệ về sanh tử của chúng sinh. Ta với thiên nhãn thuần tịnh, siêu nhân, thấy sự sống và chết của chúng sinh. Ta biết rõ rằng chúng sinh, người hạ liệt, kẻ cao sang, người đẹp đẽ, kẻ thô xấu, người may mắn, kẻ bất hạnh đều do hạnh nghiệp của họ. Những chúng sinh làm những ác hạnh về thân, lời và ý, phỉ báng các bậc Thánh, theo tà kiến, tạo các nghiệp theo tà kiến; những người này, sau khi thân hoại mạng chung, phải sanh vào cõi dữ, ác

thú, đọa xứ, địa ngục. Còn những chúng sinh nào làm những thiện hạnh về thân, lời và ý, không phỉ báng các bậc Thánh, theo chánh kiến, tạo các nghiệp theo chánh kiến; những vị này sau khi thân hoại mạng chung, được sanh lên các thiện thú, cõi trời, trên đời này. Như vậy Ta với thiên nhãn thuần tịnh, siêu nhân, thấy sự sống chết của chúng sinh."[1]

Đây là đoạn kinh văn đức Phật mô tả về kinh nghiệm sau khi chứng ngộ của ngài. Với sự định tĩnh hoàn toàn, ngài đã quán sát và biết được về hành nghiệp của mỗi một chúng sinh, bao gồm cả những gì họ đã suy nghĩ, nói ra hay hành động. Nếu hình dung theo tri thức của chúng ta ngày nay, thì khi ấy đức Phật đang truy cập chi tiết vào cả một kho dữ liệu khổng lồ không thể tưởng tượng nổi, bởi chúng ta đều biết là có vô số chúng sinh, và ngài đang nói đến tất cả, đến mỗi một chúng sinh riêng lẻ trong số lượng không thể tính đếm đó! Chỉ như vậy ngài mới có thể rõ biết về mối tương quan giữa nhân và quả trong dòng sinh tử tương tục của mỗi một chúng sinh. Thật là một điều ngoài sức tưởng tượng!

Kinh văn Bắc truyền cũng cho ta một mô tả tương ứng. Trong Kinh Kim Cang, Phật dạy như sau:

---

[1] Trung bộ kinh, Đại kinh Saccaka (**Mahāsaccaka sutta**), bản dịch của Hòa thượng Thích Minh Châu.

Tha lực phát sinh và có tác dụng như thế nào?

"Tu-bồ-đề! Ý ông nghĩ sao? Như trong một con sông Hằng có bao nhiêu cát, lại có số sông Hằng cũng nhiều như số cát ấy, lại có số cõi Phật nhiều như số cát trong tất cả những con sông Hằng đó, như vậy là nhiều chăng?

"Bạch Thế Tôn, rất nhiều.

"Phật bảo Tu-bồ-đề: Hết thảy chúng sinh trong số cõi Phật nhiều như vậy, nếu có bao nhiêu ý nghĩ trong tâm, Như Lai đều rõ biết."[1]

Như thế, đức Phật không chỉ quán sát hành nghiệp của mỗi chúng sinh sau khi ngài chứng ngộ, mà năng lực của chư Phật Như Lai còn là rõ biết tất cả tâm niệm của từng chúng sinh mọi lúc mọi nơi. Những bộ óc duy lý chắc chắn không thể nào chấp nhận được một sự mô tả như thế. Tuy nhiên, chúng ta đều biết rằng với sự chứng ngộ toàn triệt của ngài, đức Phật đã được tôn xưng là bậc "Nhất Thiết Trí", nghĩa là người rõ biết hết thảy mọi sự việc. Vì thế, sự mô tả đúng thật của ngài rõ ràng là về một trạng thái đã vượt ngoài mọi tri kiến, cảm nhận của người

---

[1] 須菩提！於意云何？如一恒河中所有沙，有如是等恒河，是諸恒河所有沙數佛世界，如是寧為多不？甚多，世尊！佛告須菩提：爾所國土中，所有眾生，若干種心，如來悉知。(Tu-bồ-đề! Ư ý vân hà? Như nhất Hằng hà trung sở hữu sa, hữu như thị đẳng Hằng hà, thị chư Hằng hà sở hữu sa số Phật thế giới, như thị ninh vi đa phủ? Thậm đa, Thế Tôn! Phật cáo Tu-bồ-đề: Nhĩ sở quốc độ trung, sở hữu chúng sinh, nhược can chủng tâm, Như Lai tất tri. - Đại Chánh tạng, Tập 8, kinh số 235, trang 751, tờ b, dòng thứ 21 – 25.)

thường. Ta không thể đòi hỏi những mô tả đó lại hoàn toàn phù hợp với tri thức hạn hẹp của chúng ta, vốn chỉ là những kẻ còn đang trôi lăn trong vòng sinh tử và chỉ nhận biết được những gì thuộc phạm vi tri thức phân biệt lý luận. Niềm tin của người Phật tử đặt vào tri kiến giác ngộ của đức Phật hoàn toàn không do nơi tri thức biện giải, mà là dựa vào sự trải nghiệm thực tế khi chúng ta thực hành theo những lời dạy của ngài. Mỗi người Phật tử khi đến với đạo Phật, làm đúng theo lời Phật dạy thì mỗi ngày đều có thể cảm nhận được sự thay đổi, chuyển biến tích cực hơn trong cuộc sống của mình, có thể sống thanh thản hơn, nhiều niềm vui và ít khổ đau hơn. Những điều đó là căn cứ vững chắc để chúng ta tin chắc rằng mình đã chọn đúng đường và tri kiến của đức Phật là hoàn toàn đúng thật, không thể nghi ngờ.

Hãy xét như chỉ một câu *"ưng vô sở trụ nhi sinh kỳ tâm"* (應無所住而生其心) trong kinh Kim Cang, quả thật đã là kim chỉ nam cho sự tu tập của biết bao thế hệ Phật tử. Tính siêu việt và đúng đắn, thiết thực của tư tưởng đó, thiết tưởng không cần phải bàn đến nữa. Vậy thì một sự mô tả như trên, cũng xuất phát từ bản kinh này, nhất định không thể là đối tượng hoài nghi của người Phật tử.

Và trên cơ sở mô tả tương hợp giữa kinh văn Pali (Nam truyền) với kinh văn Sanskrit (Bắc truyền), chúng ta có thể đặt ra một câu hỏi tiếp theo để tìm hiểu sâu hơn vấn đề. Vì sao đức Phật rõ biết tất cả tâm niệm của chúng sinh?

Chắc chắn đó không thể là vì sự tò mò thông thường như hầu hết chúng ta, hay vì muốn chứng tỏ năng lực thần thông siêu việt. Những lý do đó đều không thể chấp nhận. Đối với bậc chứng ngộ đã tuyên bố *"hết thảy những gì có hình tướng đều là hư vọng"*,[1] thì không lý do gì phải có sự quan tâm "muốn biết" những tâm niệm của chúng sinh. Như vậy, chỉ có thể giải thích theo hướng năng lực này là một điều hoàn toàn tự nhiên ở một bậc giác ngộ. Thiền tông thường mô tả về tâm thức giác ngộ như một tấm gương sáng, hoàn toàn tự nhiên phản chiếu đầy đủ, đúng thật và tức thời bất kỳ vật thể nào đặt trước nó. Tâm thức của chư Phật cũng thế, nhất định là hoàn toàn tự nhiên rõ biết tất cả những gì xảy ra trong tận cùng hư không, khắp cõi pháp giới, mà không hề có sự dụng tâm "muốn biết".

Câu hỏi tiếp theo có thể nảy sinh là, nếu vậy thì tâm Phật và chúng sinh là khác nhau hay đồng nhất?

Nếu là khác nhau, thì tâm Phật là đối tượng nhận biết và vô số tâm chúng sinh đều là những đối tượng được nhận biết. Như thế không chấp

---

[1] Kinh Kim Cang: "Phàm sở hữu tướng giai thị hư vọng" (凡所有相皆是虛妄 – Đại Chánh tạng, Tập 8, kinh số 235, trang 749, tờ a, dòng 24).

nhận được, vì đã có sự phân biệt như thế, tất nhiên phải có sự khởi tâm muốn biết làm cầu nối thì sự rõ biết mới xảy ra. Như đã nói trên, như thế không phù hợp với một bậc giác ngộ, vì không còn là "tự nhiên rõ biết" nữa.

Nhưng nếu tâm Phật và tâm chúng sinh là đồng nhất, thì tại sao khi Phật đã giác ngộ, vô số chúng sinh vẫn tiếp tục mê lầm?

Không đồng nhất, không khác biệt, vậy chúng ta phải hiểu như thế nào? Kinh Kim Cang nói:

"Như Lai dạy rằng, các tâm đều là không phải tâm, nên gọi là tâm. Vì sao thế? Tu-bồ-đề! Tâm quá khứ chẳng thể nắm bắt. Tâm hiện tại chẳng thể nắm bắt. Tâm vị lai chẳng thể nắm bắt." [1]

Như vậy, mấu chốt vấn đề nằm ở chỗ thật ra không có cái mà chúng ta đang gọi là "tâm", nhưng trong sự tri nhận, định danh của ta lại có "tâm Phật", "tâm chúng sinh" như những đối tượng khác biệt, và do đó mà dẫn đến sự mâu thuẫn không thể giải thích được về cảnh giới giác ngộ, khi thực sự không hề tồn tại sự phân biệt danh tự.

---

[1] 如來說諸心,皆為非心,是名為心。所以者何?須菩提!過去心不可得,現在心不可得,未來心不可得。(Như Lai thuyết chư tâm giai vi phi tâm thị danh vi tâm. Sở dĩ giả hà? Tu Bồ Đề! Quá khứ tâm bất khả đắc, hiện tại tâm bất khả đắc, vị lai tâm bất khả đắc. - Đại Chánh tạng, Tập 8, kinh số 235, trang 751, tờ b, dòng thứ 26 - 28.)

Tha lực phát sinh và có tác dụng như thế nào?

Đức Phật giải thích thêm, trong mỗi một cái "tâm" ta đang nhận thức đó, quá khứ của nó không nắm bắt được, hiện tại cũng không nắm bắt được, tương lai cũng không nắm bắt được. Vậy thì dựa vào đâu để ta bám chấp rằng có một tâm cho đến có vô số tâm?

Vượt qua sự vướng mắc phân biệt này, tâm thức chư Phật nhất định là rỗng rang rộng lớn như hư không. Mà thật ra hư không cũng chỉ là một khái niệm "tối đa" ta đang có được để mô tả, hình dung, chứ vẫn chưa đúng về tâm Phật, kể cả "tâm chúng sinh" như ta đang nhận biết, bởi trong kinh Thủ Lăng Nghiêm đức Phật đã dạy ngài A-nan:

"Nên biết rằng mười phương hư không sinh khởi trong tâm ông, chẳng qua cũng chỉ như đám mây nhỏ điểm giữa bầu trời mênh mông, huống chi là các thế giới ở trong hư không đó." [1]

Tâm ngài A-nan như vậy, tâm chúng ta cũng như vậy, tâm chư Phật cũng như vậy. Chính vì thế nên trong nhiều Kinh điển Đại thừa như Pháp Hoa, Đại Bát Niết-bàn... đức Phật dạy rằng *"tất cả chúng sinh đều sẵn có tánh Phật"*. Liệu chúng ta có thể nào hình dung được sự phân biệt

---

[1] 當知虛空生汝心內。猶如片雲點太清裏況諸世界在虛空耶。(Đương tri hư không sinh nhữ tâm nội, do như phiến vân điểm thái thanh lý, huống chư thế giới tại hư không da. - Đại Chánh tạng, Tập 19, kinh số 945, trang 147, tờ b, dòng thứ 8 - 10.)

giữa tâm Phật và vô số tâm chúng sinh khi mỗi một tâm lượng đều lớn rộng vô lượng vô biên như thế? Quả thật không thể!

Vì thế, trong nhận thức đúng thật của bậc giác ngộ, hoàn toàn không còn ranh giới phân biệt giữa ta và người khác, giữa Phật và chúng sinh, nhưng trong nhận thức mê lầm của mỗi chúng sinh thì vẫn luôn hiện hữu một tâm, hai tâm... cho đến vô số tâm khác biệt.

Cho nên, khi chúng ta suy ngẫm - dù chỉ là với tri thức hạn hẹp của phàm phu - về những điều như trên, thì sự tương thông cảm ứng giữa chư Phật, Bồ Tát với tất cả chúng sinh không còn là điều khó hiểu, khó tin nhận nữa. Vì chư Phật, Bồ Tát đã dứt sạch mê lầm, nên sự phát sinh tha lực từ các ngài là không giới hạn về không gian, thời gian. Bằng vào nguyện lực cứu khổ, Bồ Tát Quán Thế Âm có thể rõ biết và cảm thông với sự khổ đau của tất cả chúng sinh trong mười phương thế giới, nên sẵn sàng đáp ứng sự cầu nguyện chân thành của những chúng sinh đang khổ đau. Cũng vậy, bằng vào nguyện lực tiếp dẫn, đức Phật A-di-đà có thể rõ biết và sẵn sàng đáp ứng tâm nguyện mong cầu vãng sinh của tất cả chúng sinh trong mười phương thế giới...

Tuy nhiên, sự phát sinh tha lực như thế chỉ là một chiều. Để có được tác dụng cứu khổ hay tiếp dẫn chúng sinh, cần phải có tâm chân thành xuất phát từ chúng sinh. Như thế mới có sự kết nối, mới phát huy được tác dụng của tha lực. Và đây chính là lý do vì sao có vô số chúng sinh không được cứu khổ, không được tiếp dẫn, cho dù nguyện lực của chư Phật, Bồ Tát là vô lượng vô biên. Trong bài kệ Tán Phật được chư tăng tụng đọc mỗi ngày có câu: *"Sự cảm ứng giao hòa trong đạo thể không thể nghĩ bàn."*[1] Không thể nghĩ bàn, nhưng là thật có, bởi vậy mới ứng hiện thành những điều không thể nghĩ bàn nơi thế gian này.

Hòa thượng Tịnh Không rất nhiều lần nói về ý nghĩa "cảm ứng đạo giao" này. Gần đây tôi có nhân duyên chuyển dịch một số bài giảng kinh Hoa Nghiêm của Hòa thượng từ tiếng Hoa sang tiếng Việt và nhận thấy nhiều lần ngài lặp lại sự giảng giải về ý nghĩa này. Dưới đây là một đoạn tiêu biểu:

"Vì sao có những lúc, có những chúng sinh dường như được Phật đặc biệt yêu thương bảo bọc, đặc biệt gia trì? Lại có những chúng sinh ở những nơi khác dường như không hề được Phật gia trì, được Phật hộ niệm, chúng sinh nơi ấy phải gánh chịu tai nạn? Thật ra, chư Phật đối với hết thảy chúng sinh trong tận cùng hư không pháp giới đều bình đẳng, chỉ vì mọi người chúng ta ở nơi đây có thể cảm nhận, tiếp thụ sự quan tâm ưu ái của Phật, có thể cảm nhận tiếp thụ

---

[1] Cảm ứng đạo giao nan tư nghị. (感應道交難思議)

được sự gia trì của Phật. Đó là do chúng ta mở lòng đón nhận, Phật mới đem sự quan tâm ưu ái đó hướng đến chúng ta, chúng ta liền đón nhận, cho nên điều đó hết sức rõ ràng. Ở nơi khác, Phật cũng hướng đến như thế, chúng sinh nơi ấy lại cự tuyệt không đón nhận, nên sự quan tâm ưu ái đó, chúng sinh nơi ấy dường như hoàn toàn không cảm nhận được, ý nghĩa là như thế."[1]

Ý nghĩa được Hòa thượng giảng giải ở đây hoàn toàn tương hợp với những gì chúng ta đang bàn đến. Tha lực của Bồ Tát Quán Thế Âm luôn hiện hữu, nhưng vô số chúng sinh không được cứu khổ vì họ không mở lòng đón nhận. Vị Hòa thượng bổn sư của thầy Nhật Từ đã mở lòng đón nhận, nhờ đó ông được cứu khổ, được thoát khỏi tật bệnh và có thể nói năng lưu loát. Chúng ta đọc lại những trường hợp linh ứng được ghi chép xưa nay, không thấy có bất kỳ trường hợp nào chúng sinh không tin nhận, không phát khởi tâm thành mà lại nhận được sự cảm ứng cứu khổ. Đúng như người xưa có câu: *"Hữu thành tất ứng."* (Có lòng thành ắt có sự cảm ứng.)

Mặt khác, sự tương ưng giữa tâm thức chúng sinh và tâm thức chư Phật, Bồ Tát cũng là yếu

---

[1] Giảng giải kinh Hoa Nghiêm, Tập 55 – Hòa thượng Tịnh Không. Quý độc giả có thể xem bản Việt dịch hiện được chúng tôi lưu hành miễn phí tại đây: http://rongmotamhon. net/xem-sach_Giang-giai-Kinh-Hoa-Nghiem_dddtqgqp_ show.html

tố quyết định. Chỉ có tâm thành không thôi thì chưa đủ. Tâm thức chúng sinh phải có sự chuẩn bị thanh tịnh, phát khởi và nuôi dưỡng được những tố chất tương ứng với tâm thức giác ngộ của chư Phật, Bồ Tát ở một mức độ nào đó thì sự *"cảm ứng đạo giao"* mới có điều kiện để xảy ra.

Thế nào là những tố chất tương ứng? Trong Kinh điển dạy rằng Bồ Tát Quán Thế Âm dùng tâm đại bi hướng đến tất cả chúng sinh để phát khởi đại nguyện cứu khổ ban vui. Nếu trong tâm chúng sinh không có những tố chất bi mẫn, vị tha, mà chỉ toàn những sự tham lam, ganh ghét, đố kỵ, thì rõ ràng dù có hướng đến Bồ Tát để khẩn cầu cũng không thể có sự tương ứng giữa hai tâm thức quá khác biệt như thế. Ngược lại, nếu trong lúc rơi vào hoàn cảnh khổ đau, ta có thể nhân đó mà hiểu được, cảm thông với sự khổ đau của những chúng sinh khác và khởi tâm thương xót, thì chính điều đó sẽ tạo ra được sự tương ứng phần nào với tâm đại từ đại bi của Bồ Tát Quán Thế Âm. Nhờ có sự tương ứng như thế, cộng thêm với lòng chí thành khẩn nguyện thì sự linh ứng mới có đủ điều kiện để xảy ra.

Chính vì thế, người tu pháp môn Tịnh độ tuy một lòng niệm Phật cầu vãng sanh nhưng không thể quay lưng lãnh đạm với những khổ đau trong thế giới Ta-bà này. Giáo pháp Tịnh độ dạy rằng, hành giả nhất thiết phải tu tập hết thảy các pháp lành như điều kiện tất yếu để có thể được vãng sanh. Phát khởi tâm Bồ-đề và tu tập các pháp lành là những nỗ lực nhằm tạo ra sự tương ứng với tâm nguyện của chư Phật. Và đó chính là điều kiện tiên quyết để người tu tập có thể tiếp nhận được tha lực từ đức Phật A-di-đà.

Nói tóm lại, với lòng đại từ đại bi và nguyện lực vô lượng vô biên, chư Phật, Bồ Tát luôn hướng tâm cứu khổ cứu nạn đến tất cả chúng sinh mê lầm, nhưng mỗi chúng sinh muốn nhận được tha lực đó thì phải tự mình tin nhận, phát khởi lòng thành và biết nuôi dưỡng những tố chất thanh tịnh trong chính tâm thức mình. Nếu không có những điều kiện ấy thì tha lực của chư Phật, Bồ Tát dù luôn sẵn có cũng không thể phát sinh tác dụng.

CHƯƠNG 3

Tha lực và các vấn đề cầu an, cầu siêu, lễ sám

Cầu an, cầu siêu và lễ sám là những nghi thức đặc thù trong Phật giáo, và do đó rất cần phải hiểu đúng ý nghĩa của những nghi thức này theo lời Phật dạy. Nếu thực hành đúng, đây cũng có thể xem như những pháp môn tu tập thích hợp với một số người. Nhưng nếu nhận hiểu sai lệch, chắc chắn sẽ dẫn đến những thực hành sai lệch, và do đó chẳng những không thể đạt được lợi ích chân thật mà còn có nguy cơ làm biến dạng các nghi thức này thành những tà pháp mê tín, khiến cho người thực hành phải nhận lãnh nhiều hệ quả không tốt.

Một số người cho rằng đức Phật luôn nhấn mạnh ở sự nỗ lực tự thân, nên vào thời Phật tại thế không hề có những nghi thức cầu an, cầu siêu hay lễ sám. Điều này không sai. Nhưng chúng ta cũng nên biết rằng, vào thời Phật tại thế, dưới sự dẫn dắt của Ngài và các vị Thánh chúng giác ngộ, việc tu tập của người Phật tử chắc chắn luôn có được những lời chỉ dạy sáng suốt và thích hợp với từng căn cơ, trường hợp. Đó chính là những thuận duyên quý báu mà ngày nay chúng ta không thể có được. Chính vì thế, về sau này mới phát sinh các phương tiện hỗ trợ trong sự tu tập như các pháp khí, hương đèn, chuông mõ, hình tượng thờ kính, chùa chiền tháp miếu... Tất cả đều là những phương tiện giúp người tăng thêm sự kính tín. Những phương tiện ấy không có vào thời đức Phật, nhưng việc người đời sau sử dụng các phương tiện hình thức như thế để tăng thêm lòng cung kính đối với Tam bảo cũng không phải là sai trái. Với căn cơ thấp kém của đa số người bình dân ít học, chúng ta không thể đòi hỏi tất cả đều thông hiểu tức thời giáo pháp sâu xa trong Kinh điển, mà cần phải có những phương tiện gần gũi, dễ thực hành hơn trong bước đầu dẫn dắt họ vào con đường tu tập.

Vì thế, trong kinh có dạy rằng: *"Tất cả các pháp đều là pháp Phật."*[1] Vấn đề quan trọng là chúng ta phải vận dụng các phương tiện tu tập như thế nào cho đúng tinh thần Chánh pháp thì mới được lợi lạc, còn nếu nhận hiểu sai và thực hành sai thì chắc chắn sẽ rơi vào tà kiến. Tự thân các phương tiện hỗ trợ tu tập tuy là do người đời sau đặt ra, nhưng vẫn không ngoài mục đích giúp ích cho việc tu tập. Nếu có người vận dụng sai trái thì nên biết đó là lỗi của họ, không phải do nơi phương tiện hình thức.

---

[1] Nhất thiết pháp giai thị Phật pháp. 一切法皆是佛法.

1. Cầu an

Đa số Phật tử khi gặp phải những việc bất ổn, rối rắm đều nghĩ ngay đến việc cầu an. Cứ theo lý mà nói thì sự bất an vốn ở trong tâm mình. Tâm đã không an, việc cầu cúng lễ lạy làm sao có thể giúp ích?

Tuy nhiên, dù theo lý là như vậy, nhưng vận dụng vào sự việc, tùy theo đối tượng cũng có chỗ bất đồng. Người am hiểu giáo lý đạo Phật, tất nhiên đều biết rằng muốn được an ổn cần phải quán chiếu sâu vào nguyên nhân sự việc, dứt trừ những tâm niệm không tốt nơi chính mình, đó mới là giải pháp đúng đắn nhất để đạt được sự bình an từ chính nội tâm mình. Nhưng trong thực tế, không phải ai cũng có được sự hiểu biết sâu xa và bản lĩnh tu tập vững vàng như thế. Phần lớn những Phật tử sơ cơ thường phải chịu ảnh hưởng tất yếu từ ngoại duyên. Thuận duyên thì hồ hởi mừng vui, nghịch duyên thì buồn lo bấn loạn. Bởi tâm thường tình của số đông là như vậy, nên việc vận dụng đến nghi thức cầu an theo đúng pháp vẫn có thể là cần thiết và mang lại lợi ích.

Sở dĩ việc thực hiện nghi thức cầu an có thể mang lại lợi ích là vì những lý do sau đây:

Thứ nhất, người muốn cầu an do sự phát tâm hướng về Tam bảo để cầu nguyện cho mình hoặc người thân được bình an, nên song song theo đó cũng tự nhiên phát khởi và củng cố được niềm tin vào Tam bảo. Do có niềm tin vào Tam bảo nên xóa tan được những hoài nghi về nhân quả, có thể nhận hiểu đúng được bản chất của những sự việc đang xảy đến cho mình, nhờ đó mà tự thân không còn lo lắng, cũng không còn oán trách kẻ khác.

Thứ hai, người cầu an nhờ vào các phương tiện nghi lễ trang nghiêm thanh tịnh và sự chí thành cung kính, nên tạo được một ngoại duyên tốt để giúp tự tâm dừng lắng, giảm bớt những lo âu, bấn loạn; thay vào đó là sự kính ngưỡng, sùng tín. Các tâm thức thay thế này đều là hiền thiện, không gây tổn hại đến người khác và thúc đẩy việc thực hành các thiện hạnh. Do đó, khi nuôi dưỡng những tâm thức này thì các vọng niệm, ác tâm không thể sinh khởi.

Thứ ba, nhờ vào sự chí tâm lễ bái, xưng niệm danh hiệu chư Phật, Bồ Tát, có thể giúp sinh khởi các tâm niệm hiền thiện, vị tha nơi hành giả. Ở mức độ đơn giản, điều này được phát sinh theo một khuynh hướng tự nhiên mà người thế gian vẫn thường nói: *"Gần mực thì đen, gần đèn thì sáng."* Quy kính chư Phật, Bồ Tát là những bậc hiền thiện thì tự nhiên chúng ta cũng khởi sinh các tâm niệm hiền thiện hướng theo các ngài. Ở mức độ sâu xa hơn, từ sự kính ngưỡng đối với chư Phật, Bồ Tát, chúng ta phát khởi tâm nguyện học hỏi và thực hành theo hạnh nguyện của các ngài, nuôi dưỡng những phẩm tính giác ngộ và từ bi giống như các ngài. Một khi đã phát khởi và nuôi dưỡng được những tâm hiền thiện như thế, thì những tâm niệm xấu ác tự nhiên sẽ dần dần dừng lắng, tiêu tan.

Khi người cầu an nhận hiểu được những điều trên thì nghi thức cầu an chắc chắn có thể mang lại kết quả tích cực, thể hiện ở sự chuyển hóa tâm thức theo hướng tốt đẹp hơn sau khi thực hành nghi thức. Cầu an như thế là hàm chứa đủ cả hai phương diện tự lực và tha lực, bởi vừa có sự gia trì của chư Phật và Bồ Tát, vừa có cả tâm nguyện và nỗ lực hướng thiện của chính bản thân người cầu an.

Nghi thức cầu an phổ biến nhất hiện nay được nhiều Phật tử áp dụng là trì tụng phẩm kinh Phổ Môn, trích từ kinh Diệu Pháp Liên Hoa. Về mặt nội dung, toàn bộ phẩm kinh này xưng tán tâm nguyện đại từ đại bi không thể nghĩ lường của đức Bồ Tát Quán Thế Âm. Tính chất lớn lao vô hạn này thể hiện ở chỗ không có giới hạn về mặt không gian và thời gian. Điều đó có nghĩa là, một khi chúng sinh bị khổ não và khởi tâm mong cầu được cứu khổ, thì cho dù chúng sinh đó đang ở bất cứ nơi đâu, vào bất kỳ thời điểm nào, cũng đều có thể nhận được sự gia hộ từ nguyện lực cứu khổ của Bồ Tát. Tất nhiên, như đã nói trên, vấn đề cần nhấn mạnh ở đây là chúng sinh ấy phải có được sự thành tâm cũng như phát khởi được những phẩm chất hiền thiện tương ưng với tâm nguyện của Bồ Tát.

Như đã nói trên, người Phật tử khi thực hành nghi thức cầu an bằng cách lễ bái xưng niệm danh hiệu đức Bồ Tát Quán Thế Âm hoặc trì tụng phẩm kinh Phổ Môn, nếu có tâm thành thì chắc chắn sẽ được an ổn theo nhiều mức độ.

Xét từ mức độ thiết thực và gần gũi, dễ cảm nhận nhất, sự cầu nguyện chí thành sẽ giúp cho người cầu an có được tâm thanh tịnh, dừng lắng nhiều vọng niệm và cũng không khởi lên những tâm niệm oán thù, ganh tỵ hay tham lam, ích kỷ... Đây chính là điều kiện trước tiên để tâm thức đạt được trạng thái an ổn, cho dù trước đó đã phải chịu những sự bấn loạn, lo âu do tác động từ ngoại cảnh. Tất nhiên, mức độ an ổn này phụ thuộc vào sự dụng tâm của người cầu an có đạt đến sự chí thành cần thiết hay không, cũng như sự bất an mà người ấy phải chịu đựng trước đó là ở mức độ nào. Nếu sự bất an này là rất nghiêm trọng, thì điều tất nhiên là pháp đối trị với nó cũng phải mạnh mẽ hơn, nghĩa là sự cầu nguyện hay xưng niệm danh hiệu Bồ Tát càng phải chí thành, tha thiết hơn.

Theo kinh nghiệm cá nhân tôi, với sự bất an gây ra bởi những lo âu thông thường trong cuộc sống bận rộn hoặc va chạm hằng ngày, thì hầu như việc trì tụng một thời kinh Phổ Môn với sự thành kính là sẽ cảm nhận ngay được sự an ổn, tĩnh lặng hơn trong tâm thức. Thời điểm tốt nhất để trì tụng thường là vào buổi tối nhưng không quá khuya để tránh tâm trạng mệt mỏi, buồn ngủ trong lúc tụng niệm. Sau thời tụng kinh, với một tâm thức lắng dịu và đi vào giấc ngủ, khi thức giấc ta sẽ thấy thư giãn hơn và dễ dàng hồi phục tinh thần, không còn quá căng thẳng mệt mỏi như trước đó.

Ở mức độ sâu xa hơn, đối với người thường xuyên thực hành trì niệm danh hiệu Phật, Bồ Tát hoặc trì tụng Kinh điển như một phần trong công phu tu tập hằng ngày, những khuynh hướng hiền thiện sẽ được nuôi dưỡng và phát triển vững chắc một cách tự nhiên trong tâm thức, trở thành lớp áo giáp kiên cố bảo vệ người ấy khỏi những sự xâm hại, tác động từ ngoại cảnh. Đó là vì những người này luôn có thể giữ được sự điềm tĩnh sáng suốt cần thiết trước những điều kiện bất lợi đến từ bên ngoài, và do đó luôn có khả năng hành xử thích hợp thay vì bị thúc đẩy bởi những tâm niệm tham lam, sân hận hoặc si mê, ganh ghét... Trong điều kiện như thế, rõ ràng cho dù chúng ta không khởi tâm mong cầu thì sự bình an cũng sẽ tự đến với ta.

Một câu hỏi có thể được nêu lên ở đây là, như vậy phải chăng hiệu quả của việc cầu an chẳng qua chỉ là một kiểu tác động tâm lý, do người cầu an có thể làm an định tâm thức thông qua việc thực hành nghi thức?

Câu trả lời là điều đó chỉ đúng một phần mà thôi. Như đã giải thích trên thì ảnh hưởng có được đó có thể xem là một "hiệu quả tâm lý", nhưng cũng chỉ là một phần chứ chưa phải toàn bộ vấn đề. Khi người cầu an sinh khởi tâm chí thành hướng về chư Phật, Bồ Tát, và ở chiều ngược lại thì bi nguyện lớn lao của chư Phật, Bồ Tát vẫn luôn hướng về mọi chúng sinh đang chịu khổ nạn, sự cảm ứng giao hòa có thể phát sinh và mang lại những kết quả tốt đẹp mà người cầu nguyện đang mong đợi. Như trường hợp vị Hòa thượng sư phụ của thầy Nhật Từ được khỏi bệnh tật, chính là nhờ có được sự cảm ứng giao hòa như thế giữa người cầu nguyện và Bồ Tát Quán Thế Âm.

Kinh điển đạo Phật dạy rằng: *"Nhất thiết duy tâm tạo."* Vì thế, trong một ý nghĩa nào đó thì người thực sự kiểm soát được tâm cũng có nghĩa là kiểm soát được môi trường ngoại cảnh chung quanh mình. Những chuyển biến, thậm chí là đột biến, hoàn toàn có thể xảy ra khi tâm thức chúng ta được chuyển hóa, vì điều đó tạo ra những ảnh hưởng nhất định đến môi trường quanh ta. Lấy ví dụ, một nhóm người cùng làm việc chung vẫn thường xảy ra xung đột, mâu thuẫn, nhưng nếu có một người trong số đó thực sự tu tập chuyển hóa được tự tâm mình, người ấy cũng sẽ có khả năng làm thay đổi được môi trường làm việc đầy bất ổn này, có thể giúp những người khác trở nên hòa hợp với nhau hơn. Chỉ cần quan sát trong thực tế đời sống, chúng ta sẽ dễ dàng tìm ra không ít ví dụ về những lời nói ôn hòa, những hành xử khôn khéo của một người hiền thiện có thể làm thay đổi được khuynh hướng của cả một đám đông đang bực tức, sân hận... Tâm thức chúng sinh phàm phu khi có tu tập còn được như vậy, huống chi là tâm thức giác ngộ của chư Phật, Bồ Tát?

Đối với những sự nhiệm mầu khi phát sinh tha lực, sự thật là ta không thể nào giải thích được theo những quy luật vật lý thông thường. Những căn bệnh trầm kha bỗng dưng giảm nhẹ hoặc khỏi hẳn mà không giải thích được nguyên nhân, hoặc những chuỗi sự kiện liên tiếp xảy ra tưởng chừng như hoàn toàn ngẫu nhiên, nhưng tất cả lại kết hợp một cách hoàn hảo để tạo ra một kết quả thay đổi, chuyển biến nào đó mà không ai có thể ngờ trước... Những mô-tip tương tự như thế hầu như đã được lặp lại rất nhiều lần trong những câu chuyện kể truyền lại từ xa xưa cũng như vừa xảy ra ngay trong thời đại chúng ta. Sự lặp lại nhiều lần đó chứng tỏ rằng sự việc tuy xảy ra theo cách vượt ngoài khả năng lý giải của chúng ta, nhưng lại thực sự được vận hành theo cùng một nguyên lý, phát sinh từ sự kết hợp giữa tha lực và tự lực như vừa nói trên.

Sự tương quan tâm thức là điều có thật và được đề cập trong rất nhiều Kinh điển. Nếu phủ nhận mối tương quan này thì sự tồn tại của mỗi chúng ta cũng không khác gì hơn cỏ cây sỏi đá. Nhưng vì là một sinh thể, chúng ta luôn sống và cảm nhận được sự sống từ các sinh thể khác, cho dù mức độ cảm nhận này luôn khác biệt nhau ở mỗi người. Với những người có sự tu tập tâm linh, trực giác thường luôn bén nhạy hơn và có thể cảm nhận sâu xa những trạng thái tinh thần của người khác. Ngược lại, những kẻ nhiều tham lam, sân hận thường có tâm thức nặng nề đến mức hầu như không thể cảm nhận được gì ngoài những yếu tố vật chất có thể nhìn thấy hay sờ mó được. Khi hiểu được nguyên lý tự nhiên này, chúng ta sẽ thấy rằng sự tương giao giữa người cầu nguyện với chư Phật, Bồ Tát là một khả năng luôn có thể xảy ra nhưng chỉ tùy thuộc vào trạng thái tâm thức của chúng ta đã có sự chuẩn bị thích hợp hay không mà thôi.

Khi có thể làm thanh tịnh tâm ý qua những nghi thức lễ bái trang nghiêm và có sự chí thành cầu nguyện, chúng ta sẽ mở ra được cánh cửa tương giao với tâm nguyện đại từ đại bi của chư Phật, Bồ Tát, vốn luôn hướng về những chúng sinh đau khổ.

Chúng ta cũng có thể dựa vào những nhận thức như trên để thấy được việc cầu an như thế nào là không đúng Chánh pháp, và do đó người

Phật tử hoàn toàn không nên tin theo. Một vài hủ tục sai lầm vẫn tồn tại từ lâu cần phải loại bỏ, bởi chúng hoàn toàn không phù hợp với lời Phật dạy.

Hủ tục sai lầm trước hết cần nêu lên ở đây là việc *"cúng sao giải hạn"* ở một số chùa. Hủ tục này đã kéo dài rất lâu đến nỗi không ai biết chính xác nó được bắt đầu từ lúc nào, nhưng lại diễn ra ngay trong những ngôi chùa thờ Phật, cho dù không ít các vị thầy chân chánh trong Phật giáo đã nhiều lần lên tiếng chỉ rõ sự sai trái của việc làm này.

Những người tham gia *"cúng sao giải hạn"* tin rằng mỗi người đều có một ngôi sao *"chiếu mệnh"* và thay đổi theo từng năm. Khi các sao chiếu mệnh này là *"sao dữ" (hung tinh)*, thì người bị chiếu mệnh cần phải *"cúng sao"* hay *"dâng sao giải hạn"* vào dịp đầu năm để được bình an trong năm đó.

Không một Kinh điển nào trong Phật giáo đề cập đến việc vận mạng con người chịu sự chi phối của các vì sao, càng không một Kinh điển nào đề cập đến việc *"cúng sao giải hạn"* để cầu sự bình an. Ngược lại, trong nhiều Kinh điển như Kinh Di giáo, kinh Đại Bát Niết-bàn, đức Phật đều có khuyến cáo các vị tỳ-kheo không được làm những việc như xem sao, bói toán...

Kinh Đại Bát Niết-bàn, quyển 7, có đoạn như sau:

"Vị tỳ-kheo cũng không nên làm những việc mà người đời cần đến để mưu sinh như làm nhà cửa, làm ruộng, làm vườn, buôn bán, đổi chác, tự làm thức ăn, xay gạo, giã gạo, luyện chú thuật giữ mình, tập luyện chim ưng dùng để đi săn, xem sao đoán mệnh, suy tính việc nên hư, xem tướng kẻ nam người nữ, theo chiêm bao mà đoán những việc lành dữ, hoặc đoán thai nhi là nam, là nữ, hay chẳng phải nam chẳng phải nữ..."

Trong việc cúng sao giải hạn, những người muốn cầu an theo cách này tất nhiên đã là sai trái, nhưng nghiêm trọng hơn và đáng trách hơn chính là những người đã lìa bỏ thế tục đi theo con đường xuất thế nhưng lại đứng ra tổ chức, thực hiện những việc sai trái này. Dựa vào niềm tin lầm lạc của những người mê muội, không ít nơi đã lợi dụng việc tổ chức *"dâng sao giải hạn"* như một phương thức để thu lợi nhuận trong dịp đầu năm. Mục đích kiếm tiền này hẳn nhiên là đạt được, nhưng còn những người sai lầm tin vào việc dâng sao giải hạn, liệu họ có được bình an chăng?

Câu trả lời tất nhiên là không. Về mặt tự lực, những người dâng sao giải hạn không thể có sự an tịnh tâm ý khi hầu hết những lễ dâng sao giải hạn đều là các nghi thức cúng bái tà mị, không hề có sự trang nghiêm thanh tịnh. Đối tượng dâng cúng, cầu cạnh của họ cũng hết sức mơ hồ, không ai biết được đó là những loại thần thánh nào, quyền hạn ra sao, nhưng lại cứ mơ hồ tin vào việc những vị ấy có thể ban phước giáng họa cho mình. Kiểu niềm tin này rõ ràng hoàn toàn xa lạ với chánh kiến trong Phật giáo, và một khi nó vẫn còn phổ biến thì chắc chắn đó là dấu hiệu cho thấy Chánh pháp vẫn chưa được truyền dạy một cách đúng thật đến với những người này.

Về mặt tha lực, chúng ta không thể hình dung được bằng cách nào mà những "vị sao" với tên tuổi do người đời tưởng tượng đặt ra như Thái Bạch, La Hầu, Kế Đô, Văn Hán v.v... hoàn toàn không có thật, lại có thể gây ra tai họa hay ảnh hưởng tốt đẹp đến con người, và bằng cách nào mà việc dâng cúng những vị sao ấy lại có thể giúp "tiêu tai giải hạn"?

Việc cầu an theo cách này là sai lệch với Chánh pháp và hoàn toàn khác biệt với nghi thức cầu an như chúng ta vừa bàn đến ở trên. Thực hiện cầu an theo cách này, người cầu an không có cơ hội và điều kiện để làm an tịnh tâm ý, cũng không hướng về tâm nguyện đại từ đại bi của chư Phật, Bồ Tát. Vì thế, chúng ta thấy rõ là không thể có sự phát sinh tha lực trong trường hợp này.

Những người tìm kiếm sự bình an cho bản thân và gia đình qua việc bói toán, cầu khẩn nơi đền, miếu... cũng đều là sai lầm. Khi tin và làm theo những phương thức mê tín này, chúng ta đang gieo nhân tà kiến và không làm được điều gì lợi mình, lợi người, nên theo luật nhân quả thì ta không thể mong đợi bất cứ kết quả tốt đẹp nào.

Ngược lại, khi cầu an với nghi thức chân chánh, chúng ta đang từng bước làm thay đổi ngay từ chính tâm thức mình, nuôi dưỡng những tâm niệm từ bi, vị tha và do đó sẵn lòng chia sẻ, giúp đỡ mọi người quanh ta. Như vậy chính là đang gieo nhân lành để gặt quả tốt.

Nguồn gốc của sự bất an phần lớn xuất phát từ chính trong tâm thức chúng ta, do việc không nhận hiểu đúng về bản chất của thực tại, thường mong cầu những điều sai trái và né tránh những hiện thực không hài lòng. Vì thế, ý nghĩa chính của sự cầu an là phải làm an tịnh tâm ý, phát triển trí tuệ chân chánh để nhận thức về thực tại đúng với bản chất của sự việc.

Mặt khác, những nguyên nhân gây bất an có thể do chính ta tạo ra, cũng có thể do người khác tạo ra. Nếu bản thân ta có thể tu tập để luôn mang lại sự an vui và không gây bất an cho người khác, thì chính ta đã góp phần làm cho cuộc sống này được an ổn hơn. Nếu có nhiều người cũng như ta, đều tu tập mang lại niềm vui và tránh không gây ra sự bất an cho người khác, thì cho dù chúng ta không thực hiện các nghi thức cầu an, sự bình an cũng sẽ tự nó hiện hữu.

Vì thế, chúng ta cần hiểu đúng về việc thực hành nghi thức cầu an chỉ như một phương tiện tạm thời, và chỉ có việc tu tập theo đúng Chánh pháp như lời Phật dạy mới là giải pháp đích thực mang lại sự an vui và hạnh phúc dài lâu cho bản thân ta cũng như mọi người quanh ta.

2. Cầu siêu

Cầu siêu là một nghi thức phổ biến trong Phật giáo. Hầu hết Phật tử khi có người thân qua đời đều nghĩ ngay đến việc cầu siêu. Trong nghi thức tụng niệm hằng ngày của chư tăng ni ở một số chùa cũng có phần nghi thức cầu siêu, thường được tụng niệm vào buổi tối. Điều này cho thấy sự quan tâm của người Phật tử đến đời sống tâm linh, cũng như đối với kiếp sống tương lai sau khi rời bỏ xác thân hiện tại. Bởi cầu siêu trong ý nghĩa căn bản nhất là cầu nguyện để có được một kiếp sống tương lai tốt đẹp hơn cho người thân của mình sau khi chết.

Vì thế, trước khi bàn đến ý nghĩa của việc thực hiện nghi thức cầu siêu, câu hỏi trước tiên cần phải đặt ra là, liệu có hay không một đời sống tiếp theo sau khi con người chết đi?

Đối với người Phật tử thì đây là một niềm tin tất yếu, bởi nếu phủ nhận điều này thì con người không cần thiết phải quan tâm đến vấn đề nhân quả, vì quãng thời gian của một đời người là quá ngắn để tất cả những việc làm thiện ác có thể mang lại kết quả tương ứng cho người tạo tác. Chính vì vậy, trong kinh Pháp cú, kệ số 176, đức Phật dạy:

Ai bác bỏ đời sau,
Không ác nào không làm.

Người bác bỏ đời sau cũng đồng nghĩa với không tin nhân quả, vì nếu không có những kiếp sống tiếp theo sau nữa thì luật nhân quả có thể không còn đúng thật đối với những gì chúng ta nhìn thấy trong kiếp sống này. Chúng ta sẽ thấy có nhiều người hiền thiện, tử tế nhưng có một đời sống nghèo túng, khó nhọc cho đến cuối đời; lại có những kẻ xấu ác, hung hăng, tham nhũng... nhưng có một đời sống giàu sang, quyền thế. Nếu cái chết là dấu chấm hết cho tất cả, thì những trường hợp này sẽ là bằng chứng bác bỏ luật nhân quả, vì chúng nói lên rằng luật nhân quả không hề đúng thật!

Nhưng vào thế kỷ 21 này, với nhiều thành tựu nghiên cứu khoa học mới và đặc biệt là phương tiện truyền thông cực kỳ nhanh chóng rộng khắp, những trường hợp tái sinh đặc biệt đã được nhiều người biết đến và thừa nhận. Khoa học có vẻ như đang ngày càng tiến đến gần hơn với những gì mà đức Phật đã chỉ rõ từ cách đây hơn 25 thế kỷ: Đó là sự thừa nhận một dòng tâm thức tương tục, không gián đoạn của mọi chúng sinh, tiếp nối liên tục từ đời sống này sang đời sống khác, thay vì chỉ chấp nhận hoạt động của não bộ như là bộ phận điều khiển duy nhất của con người và sẽ tan rã hoàn toàn sau cái chết.

Như vậy, để có thể tiếp tục bàn sâu hơn vào ý nghĩa của việc thực hiện nghi thức cầu siêu cho người chết, chúng ta cần phủ nhận thuyết đoạn diệt, cho rằng sau khi chết hoàn toàn không có việc tái sinh vào một đời sống mới. Đối với những ai tin chắc vào thuyết đoạn diệt thì không cần bàn luận thêm nữa, vì tất nhiên những người ấy sẽ thấy rằng việc cầu siêu là hoàn toàn vô nghĩa. Và đối với những ai có thể đặt niềm tin vào một kiếp sống tương lai sau khi chết, thì dưới đây chúng ta sẽ tiếp tục bàn đến ý nghĩa của việc thực hiện nghi thức cầu siêu trong Phật giáo.

Nói chung, việc cầu siêu được đặt nền tảng trên ba yếu tố:

- *Thứ nhất, con người sau khi chết không phải là đoạn diệt, mất hẳn đi, mà vẫn tiếp tục thọ nhận đời sống tiếp theo ở một hình thức nào đó.*

- *Thứ hai, cảnh giới tái sinh hay đời sống tiếp theo như thế nào là tùy thuộc vào nghiệp lực đã tạo của mỗi người.*

- Thứ ba, những tác động đúng đắn đối với tâm thức người chết vào thời điểm lâm chung (hoặc ngay sau khi chết) có thể giúp thay đổi cảnh giới tái sinh của người chết theo hướng tốt hơn.

Về hai điểm thứ nhất và thứ hai, có thể nói đã trở thành giáo lý phổ biến, được nhắc đến trong quá nhiều Kinh điển, nên người Phật tử nào cũng có thể dễ dàng đồng thuận, chúng ta không cần thiết phải có thêm những bàn giải hay trích dẫn ở đây. Người Phật tử tin vào một đời sống tiếp theo sau khi chết như đã nói trên, và người Phật tử cũng tin chắc vào sự chi phối của luật nhân quả, hay nói khác đi là nghiệp lực mà mỗi người đã tạo ra bằng ý nghĩ, hành vi và lời nói. Do đó, việc tái sinh vào một đời sống mới tốt hay xấu sẽ do chính nghiệp lực quyết định.

Riêng về điểm thứ ba, tức là sự tác động vào tâm thức của người lâm chung có ảnh hưởng tích cực như thế nào, chúng ta cần trích dẫn ở đây một vài bản kinh luận để làm rõ hơn.

Trong Thắng pháp Tập yếu luận (Tập 1, chương 5) thuộc Vi Diệu Pháp trong Kinh tạng Nam truyền, chúng ta đọc thấy đoạn sau đây:

"Khi một người sắp chết, một nghiệp thiện hay bất thiện hiện khởi ra trước người ấy. Nghiệp ấy có thể là một cực trọng nghiệp (garuka) như các thiền (jhàna) hay giết cha v.v... Những

nghiệp này quá mạnh đến nỗi lấn áp tất cả nghiệp khác và hiện khởi rõ rệt. Nếu không có cực trọng nghiệp, thời người ấy có thể lấy một cận tử nghiệp (àsanna kamma). Nếu là một quá khứ, thời chính là thiện hay bất thiện niệm khởi lên trước khi chết, niệm này, người ấy đã được kinh nghiệm trong khi làm nghiệp ấy.

Kammanimitta (nghiệp tướng) là sắc, thanh, hương, vị, xúc, pháp gì mà người ấy nhận lãnh được, khi làm nghiệp ấy, như con dao đối với người đồ tể, các bệnh nhân đối với thầy thuốc, bông hoa đối với người tín nữ v.v... Gatinimitta (thú tướng) là một hình tướng gì của cảnh giới mà người ấy sắp được tái sanh, một sự kiện luôn luôn xảy ra với người sắp chết. Nếu là một hình tướng không tốt đẹp, thời có thể thay đổi chúng bằng cách ảnh hưởng đến tư tưởng của người sắp chết, và như vậy thiện niệm của người ấy biến thành cận tử và thay thế cho sanh nghiệp của người ấy."[1]

Trong đoạn trên, chúng ta chú ý đến câu văn cuối cùng. Theo đó, ngay cả trong trường hợp nghiệp của người chết là xấu ác và sắp tái sinh vào một cảnh giới xấu, thì chúng ta vẫn *"có thể thay đổi chúng bằng cách ảnh hưởng đến tư tưởng của người sắp chết, và như vậy thiện niệm*

---

[1] Thắng pháp tập yếu luận, Tập 1, bản Việt dịch của Hòa thượng Thích Minh Châu.

của người ấy biến thành cận tử và thay thế cho sanh nghiệp của người ấy".

Người Phật tử hoàn toàn có thể làm được điều này bằng cách nhắc nhở người sắp chết về Tam quy, Ngũ giới, hướng người ấy đến những tư tưởng hiền thiện bằng cách niệm Phật, nghe kinh. Và đây chính là điều mà rất nhiều Phật tử chân chánh đã và đang làm.

Kinh điển Đại thừa thuộc hệ kinh văn Bắc truyền cũng có nói đến điều này. Trong kinh Đại Bát Niết-bàn, quyển 10, có đoạn sau đây:

"Thiện nam tử! Ví như có người đàn bà mang thai gần sanh, gặp khi trong nước loạn lạc, liền trốn sang nước khác, ở trong một cái miếu thờ thần rồi sanh con tại đó. Khi nghe nước cũ của mình đã được yên ổn sung túc, liền dắt con định trở về. Giữa đường gặp một con sông nước ngập tràn chảy xiết. Cô vì bế con nên không đủ sức lội qua sông, nhưng tự nghĩ rằng: 'Ta thà cùng chết với con chứ quyết không bỏ con để lội qua sông một mình.' Trong lúc suy nghĩ như vậy thì [đuối sức nên] cả hai mẹ con đều phải chết chìm. Sau khi chết, cô được sanh lên cõi trời. Đó là nhờ lòng thương con [nên khởi lòng lành] quyết đưa con qua sông, chứ cô ấy vốn tánh xấu ác. Nhờ thương con mà [khởi lòng lành nên] được sanh lên cõi trời. Kẻ phạm bốn giới cấm nặng, năm

tội vô gián, nếu sanh lòng hộ pháp thì cũng được như vậy."[1]

Giáo lý về *"cận tử nghiệp"* được nói ở đây hết sức rõ ràng, và chúng ta thấy đoạn luận giải trích từ kinh tạng Nam truyền ở trên là hoàn toàn tương hợp với kinh văn thuộc kinh tạng Bắc truyền.

Như vậy, cả ba điểm căn cứ để thực hiện nghi lễ cầu siêu như trình bày trên đều hoàn toàn đúng theo Chánh pháp.

Nhưng vấn đề nảy sinh bất đồng chính là ở đoạn mà trong phần trên tôi đã cố ý đặt trong ngoặc đơn: *"Những tác động vào lúc sắp chết (hoặc ngay sau khi chết)"*.

---

[1] Thiện nam tử! Thí như nữ nhân hoài nhâm thùy sản, trực quốc hoang loạn đào chí tha độ, tại nhất thiên miếu tức tiện sinh sản. Văn kì cựu bang an ổn phong thực, huề tương kì tử dục hoàn bản độ. Trung lộ trực hà thủy trưởng bạo cấp hà phụ thị nhi bất năng đắc độ. Tức tự niệm ngôn: Ngã kim ninh dữ nhất xứ tính mệnh chung, bất xả khí nhi độc độ dã. Niệm dĩ mẫu tử câu cộng một mệnh. Mệnh chung chi hậu tầm sinh thiên trung. Dĩ từ niệm tử dục linh đắc độ, nhi thị nữ nhân bản tính tế ác, dĩ ái tử cố đắc sinh thiên trung. Phạm tứ trọng cấm, ngũ vô gián tội, sinh hộ pháp tâm diệc phục như thị. 善男子。譬如女人懷妊垂產值國荒亂 逃至他土。在一 天廟即便 生產。聞其舊邦安隱豐熟。攜將其子欲還本土。中路值河水浪暴急荷負是兒不能得渡。即自念言。我今寧與一 處併命終。不捨棄而獨渡也。念已母子俱共沒命。命終之 後尋生天中。以 慈念子欲令得渡。而是女人本性弊惡。以 愛子故得生天中。犯四重禁五 無間罪。生護法心亦復如是。(Đại Chánh tạng, Tập 12, kinh số 374, trang 425, tờ c, dòng thứ 10 - 18)

Nói cách khác, việc tạo điều kiện giúp đỡ người lâm chung có một tái sinh tốt đẹp hơn, rõ ràng là điều khả thi, bằng cách giúp người ấy khởi sinh thiện niệm vào lúc lâm chung, để cận tử nghiệp ấy có khả năng thay thế cho những ác nghiệp khởi sinh vào lúc đó. Nhưng ngay sau khi người ấy đã chết, liệu chúng ta còn có thể tiếp tục tác động được nữa hay không?

Điều này phụ thuộc vào vấn đề có hay không có thân trung ấm, một giáo lý ngày nay đã khá quen thuộc với mọi người Phật tử, nhờ vào sự phát triển nhanh và lan rộng của Phật giáo Tây Tạng, vốn rất nhấn mạnh vào phần giáo lý này.

Sự thật là hiện nay vẫn tồn tại hai quan điểm khác nhau về sự tái sinh của một người sau khi chết.

Quan điểm thứ nhất cho rằng, khi một chúng sinh chết đi, việc tái sinh xảy ra tức thời, nghĩa là đời sống mới sẽ xuất hiện ngay vào thời điểm chấm dứt đời sống cũ, tùy theo nghiệp lực đã tạo của chúng sinh ấy.

Quan điểm thứ hai có khác biệt khi cho rằng, có một giai đoạn trung gian chuyển tiếp giữa hai kiếp sống, và tâm thức chúng sinh tồn tại trong giai đoạn này ở một trạng thái được gọi là trung ấm.

Quan điểm thứ nhất không thấy đề cập đến trong các Kinh điển Nam truyền cũng như Bắc truyền, nhưng dường như được dựa trên một vài bản văn thuộc phần Luận tạng của kinh hệ Pali. Bản văn thứ nhất nằm trong chương V của Thắng pháp tập yếu luận, được xếp vào phần Vi Diệu Pháp, trong tiểu mục nói về Lộ trình tâm của người sắp chết. Dưới đây là phần Việt dịch đoạn văn này của Hòa thượng Thích Minh Châu:

"Đối với người sắp chết, hoặc đến cuối lộ trình tâm của người ấy, hoặc khi hữu phần bị diệt, tử tâm, giai đoạn cuối cùng của đời sống hiện tại, khởi lên rồi diệt. Khi tâm ấy được diệt trừ, tiếp ngay sau tâm ấy, y cứ trên đối tượng được thâu nhận như vậy, hoặc có tâm (hadaya) làm căn cứ địa hay không có, kiết sanh tâm khởi lên và được thiết lập trong đời sau, kiết sanh tâm này bị thúc đẩy bởi vô minh tùy miên, căn cứ vào ái tùy miên, sanh ra bởi nghiệp, câu hữu với những tâm sở tương ưng, hành động như tâm xung phong cho những tâm sở câu hữu, và tiếp nối những đời sống với nhau."

Trong phần này, chúng ta thấy có cụm từ *"tiếp ngay sau tâm ấy"* đã được diễn giải để hiểu như là nói đến một sự tái sinh tức thời. Tuy nhiên, nếu đọc kỹ nội dung tiếp theo sau, ta có thể thấy đoạn văn này không hề khẳng định việc tâm thức nhất định chỉ có thể tái sinh tức thời và không có thân trung ấm, bởi trong câu *"kiết sanh tâm khởi lên và được thiết lập trong đời sau"* vẫn có thể hàm ý một giai đoạn trung gian, chuyển tiếp từ đời sống cũ vừa chấm dứt sang một đời sống mới còn chưa khởi sinh, hay nói khác đi, đó là tiến trình *"thiết lập"* một đời sống mới.

Trong một văn bản khác cũng được đưa vào phần luận (Vi Diệu Pháp - Abhidhamma) của tạng Nam truyền, chúng tôi tìm thấy bản dịch Anh ngữ có tựa đề *"Points of Controversy"*, dịch giả là bà Rhys Davis, dịch từ bản Pali *"Kathāvatthu"*. Bản Anh ngữ này đã được hai dịch giả Tâm An và Minh Tuệ dịch sang tiếng Việt với tên sách là "Những điểm dị biệt". Trong Chương 8, Mục 2 với tiêu đề *"Vấn đề trung hữu (Thân trung ấm)"* có đoạn như sau:

"Theo chú giải: Các tông phái như Pubbaseliyas và Sammitiyas khi nhận thức danh từ "Trung bang bất hoàn"[1] nên cho rằng có một tầng trung gian nơi mà chúng sinh chờ đợi (để đi thọ sanh trong kiếp kế tiếp) trong một tuần hay lâu hơn. Lập luận minh bạch của phái Theravadins căn cứ trên lời dạy của đức Phật, chỉ có ba cõi để đi tái sanh là Dục Giới, Sắc giới và Vô sắc giới."

Trong đoạn văn này nói rằng *"chỉ có ba cõi để đi tái sanh"*, với hàm ý bác bỏ việc *"có một tầng trung gian nơi mà chúng sinh chờ đợi (để đi thọ sanh trong kiếp kế tiếp) trong một tuần hay*

---

[1] Bậc Bất lai chứng đắc quả A-la-hán nửa đời trước rồi nhập Niết bàn ở Tịnh cư thiên. (Chú giải của dịch giả)

lâu hơn". Căn cứ vào câu này, một số người cho rằng như vậy là không có thân trung ấm.

Tuy nhiên, về xuất xứ của văn bản này, Hòa thượng Thích Minh Châu khi viết lời giới thiệu có đoạn như sau:

"Đây là một tập, vừa ghi chép các quan điểm của các bộ phái không thuộc phái Thượng tọa bộ (Theravada) vừa trình bày quan điểm của phái Thượng tọa bộ về những điểm ấy. Như vậy, tập này là những tư liệu để những ai muốn tìm hiểu sự hình thành các bộ phái, các quan điểm dị đồng và những tranh cãi không thể nào tránh khỏi giữa các bộ phái ấy, có thể có những tư liệu quí giá về sự sai biệt giữa các bộ phái Phật giáo."[1]

Căn cứ vào Lời giới thiệu của Hòa thượng Thích Minh Châu thì nội dung này chỉ là ý kiến tranh biện giữa các bộ phái, nên không thể dựa vào đó để đi đến kết luận rằng đây là lời dạy của đức Phật, càng không thể xem là quan điểm chính thức của Phật giáo.

Như vậy, quan điểm bác bỏ sự hiện hữu của thân trung ấm hoàn toàn không có căn cứ vững chắc từ Kinh điển. Ngược lại, Kinh điển Bắc truyền thực sự cho chúng ta những chỉ dạy rõ nét hơn về sự hiện hữu của thân trung ấm. Kinh

---

[1] Lời giới thiệu sách Những điểm dị biệt - Tỳ-kheo Thích Minh Châu, viết ngày 11 tháng 3 năm 1987.

Thủ Lăng Nghiêm, quyển 8, xác nhận về sự hiện hữu của thân trung ấm:

"Như thân trung ấm tự tìm cha mẹ." [1]

Như vậy, sự hiện hữu của thân trung ấm trong một khoảng thời gian nhất định sau khi chấm dứt đời sống này và đi tìm một đời sống mới là điều có đề cập trong Kinh điển. Tuy chúng ta không tìm thấy những mô tả chi tiết, cụ thể về thời gian tồn tại hay các đặc điểm của thân trung ấm, nhưng trong các kinh văn Hán tạng hiện còn, chúng tôi đã tìm được ít nhất là 340 tên kinh, luận khác nhau có đề cập đến thân trung ấm. Điều này cho thấy rõ tầm quan trọng của quan niệm về thân trung ấm đối với người Phật tử qua các thời đại là như thế nào.

Vì sao đức Phật không trực tiếp giảng nói nhiều về thân trung ấm mà chỉ nhắc đến sự hiện hữu của nó trong Kinh điển? Điều này cũng dễ hiểu. Quan điểm của đức Phật trong việc thuyết pháp đã được nêu rõ trong cả kinh văn Bắc truyền lẫn Nam truyền là không nói đến những điều không cần thiết cho sự tu tập giải thoát. Trong Tương Ưng Bộ Kinh, thiên Đại phẩm, chương 12 - Tương ưng sự thật, có đoạn sau đây:

"Cũng vậy, này các tỷ-kheo, thật là quá

---

[1] 如中陰身自求父母。(Như trung ấm thân tự cầu phụ mẫu. - Đại Chánh tạng, Tập 19, kinh số 945, trang 142, tờ a, dòng thứ 29 và tờ b, dòng thứ nhất).

nhiều, những gì Ta đã thắng tri mà không nói cho các ông! Thật là quá ít những gì mà Ta đã nói ra! Nhưng tại sao, này các tỷ-kheo, Ta lại không nói ra những điều ấy? Vì rằng, này các tỷ-kheo, những điều ấy không liên hệ đến mục đích, không phải là căn bản cho phạm hạnh, không đưa đến yếm ly, ly tham, đoạn diệt, an tịnh, thắng trí, giác ngộ, Niết-bàn. Do vậy, Ta không nói lên những điều ấy."[1]

Trong Kinh điển Bắc truyền thì rất nhiều lần đức Phật im lặng, từ chối những câu hỏi về nguồn gốc vũ trụ hoặc sự hiện hữu hay không hiện hữu sau khi chết... Đó cũng là cùng một lý do, ngài chỉ muốn dành nhiều thời gian thuyết giảng về những điều thiết thực, dẫn dắt sự tu tập của đệ tử, thay vì cung cấp cho họ những hiểu biết không thực sự hữu ích cho sự tu tập trong hiện tại.

Trở lại vấn đề đang bàn đến, chúng ta đã xác định được rằng theo Kinh điển thì thân trung ấm là thật có. Nhưng vấn đề tiếp theo là nếu có, thì thân trung ấm đó tồn tại trong bao lâu?

Khi chuyển dịch quyển Tử thư Tây Tạng *(Bardo Thodol)* từ bản dịch tiếng Anh của W. Y. Evens Wentz sang tiếng Việt, chúng tôi đã hết sức kinh ngạc khi thấy sách này mô tả thời gian

---

[1] Tương ưng bộ kinh, Bản Việt dịch của Hòa thượng Thích Minh Châu.

tồn tại tối đa của thân trung ấm là 49 ngày, hoàn toàn tương hợp với nghi thức cầu siêu cổ truyền vẫn được sử dụng ở Việt Nam từ lâu đời là 7 tuần. Chúng ta đều biết, trước khi sách này được chuyển dịch sang tiếng Việt cũng như trước khi nhiều người Tây Tạng rơi vào cảnh lưu vong, thì Phật giáo Tây Tạng vốn là một địa hạt khép kín đối với toàn thế giới. Khoảng thế kỷ 18 trở về trước, người Việt Nam học Phật chủ yếu qua Kinh điển Hán tạng, không có nguồn tiếp xúc nào với Phật giáo Tây Tạng trước đây. Thế nhưng vẫn có sự tương đồng về khoảng thời gian tồn tại tối đa của thân trung ấm, cho thấy khả năng nhận thức này được xuất phát từ cùng một cội nguồn là rất có thể.[1]

Theo sự tương đồng trong khá nhiều luận giải mà cá nhân tôi đã đọc qua, thì thời gian tồn tại của thân trung ấm tối đa không quá 7 ngày sau khi một người chết đi. Tôi dùng chữ tối đa, là vì trong thực tế người chết có thể không ở trong trạng thái trung ấm lâu đến thế, mà tái sinh trong một thời gian ngắn hơn. Đối với những

---

[1] Một số người muốn biện giải ngược lại, cho rằng con số 49 ngày hay 7 tuần là sự biểu hiện rõ nét của văn hóa Trung Hoa, xuất phát từ kinh Địa Tạng mà họ cho rằng do người Trung Hoa ngụy tạo. Tuy nhiên, nếu điều này là đúng, thì chúng ta phải giải thích thế nào về việc người Tây Tạng cũng nêu ra con số này, trong khi họ chỉ tiếp nhận Phật giáo từ Kinh điển Sanskrit (Ấn Độ) chứ không hề chịu ảnh hưởng của Hán tạng?

người tu thiện nghiệp nhiều, họ có thể tái sinh tức thời đến cảnh giới lành. Ngược lại, người làm nhiều nghiệp ác quá nặng nề cũng phải tái sinh tức thời vào cảnh giới xấu ác. Phật giáo Tây Tạng nêu ra thêm trường hợp tái sinh theo nguyện lực, như các vị cao tăng có thể phát nguyện tái sinh trong hoàn cảnh nhất định nào đó để tiếp tục tu tập, cứu độ chúng sinh. Khi sự tu tập và nguyện lực của họ đủ mạnh, họ sẽ có thể tùy ý tái sinh mà không bị dẫn dắt hoàn toàn bởi nghiệp lực.

Trong phần lớn các trường hợp khác, tâm thức người chết sẽ lưu lại trong trạng thái trung ấm tùy theo nghiệp lực và nhân duyên tái sinh. Có nghĩa là, họ có thể tái sinh vào một thời điểm bất kỳ trong quãng thời gian từ sau khi chết cho đến 7 ngày sau đó.

Khi đã hết thời gian này, tuổi thọ của thân trung ấm chấm dứt và cái chết trong trạng thái này xảy ra để thần thức người chết lại đi vào một thân trung ấm tiếp theo, cũng với thời gian tối đa là 7 ngày nữa.

Sự lặp lại này tối đa cũng không quá 7 lần, và do đó người chết chỉ có thể ở trong trạng thái trung ấm tối đa là 49 ngày, hay 7 tuần.

Việc cúng tuần vào ngày thứ 7 sau khi chết chính là đúng vào ngày thân trung ấm phải chết đi lần đầu tiên nếu chưa tái sinh. Tương tự, những tuần tiếp theo cũng chính là những ngày thân trung ấm phải chết nếu chưa tái sinh, và tối đa cũng chỉ kéo dài đến tuần thứ 7, tức là ngày cúng tuần 49 ngày.

Trở lại với điểm căn cứ thứ ba mà chúng ta đã đề cập trên, tức là *"có thể tác động tích cực đến sự tái sanh của người chết"*. Như vậy, phân tích cụ thể ra thì khi một người thân qua đời, chúng ta có 2 cơ hội để tác động tích cực đến sự tái sinh của người ấy. Thiết tưởng cũng nên nhấn mạnh ở đây một điều, *"tác động tích cực"* chỉ có nghĩa là giúp cho kết quả hiện có được chuyển biến theo hướng tốt hơn, chứ không có nghĩa là thay đổi hoàn toàn kết quả ấy, vốn đã quy định bởi những nghiệp thiện ác mà người ấy đã làm.

Cơ hội thứ nhất là vào thời điểm lâm chung, hay cận tử. Đây là cơ hội tốt nhất và tất cả Phật tử, dù tu tập theo truyền thống nào, Nam tông hay Bắc tông, cũng đều dễ dàng đồng thuận về kết quả tích cực có thể có khi tận dụng được cơ hội này. Khi có người thân sắp qua đời vì già yếu, bệnh tật v.v... chúng ta phải biết tận dụng cơ hội quý báu này bằng cách nhắc nhở cho người ấy về tất cả những việc hiền thiện, tốt đẹp mà người ấy đã từng làm; nhắc nhở người ấy về Tam quy, Ngũ giới và những tâm nguyện tốt lành mà người ấy đã từng khởi sinh. Nếu là người chưa quy y Tam bảo, chưa thọ trì Ngũ giới, chúng ta nên khuyên họ phát tâm quy y và thọ giới vào thời điểm cuối đời này, chắc chắn sẽ là hành trang tốt nhất mà họ có thể mang theo vào kiếp sống tương lai.

Rất nhiều Phật tử tuy tin vào ý nghĩa và kết quả của việc cầu siêu, hộ niệm cho người chết, nhưng chưa tận dụng được cơ hội vô cùng quý báu này vì hai lý do.

Thứ nhất, không phải cái chết nào cũng có một quãng thời gian lâm chung được nhận biết rõ ràng, nghĩa là vào lúc ta biết chắc người thân của mình sắp chết. Đối với những trường hợp chết vì tuổi già hay bệnh nặng thì người chết có thể suy yếu dần một cách rõ rệt trước khi qua đời. Nhưng trong nhiều trường hợp khác thì chúng ta thường không có thời gian chuẩn bị khi cái chết đến một cách bất ngờ.

Thứ hai, rất nhiều người rơi vào tâm trạng bấn loạn, rối rắm khi người thân của mình có biểu hiện sắp qua đời, và do đó không còn đủ sáng suốt để nghĩ đến việc phải làm những gì tốt nhất vào lúc đó.

Như đã trình bày trên, khi một người sắp qua đời thì việc tác động tích cực vào tâm thức người ấy là điều vô cùng quý báu. Chúng ta có thể tạo nên một cận tử nghiệp tốt đẹp nếu giúp người ấy hướng tâm về Tam bảo, phát nguyện thọ trì giới luật, hoặc nhớ lại những thiện nghiệp họ đã làm trước đây trong đời. Vì điều này được khẳng định rõ ràng trong Kinh điển, nên đối với người Phật tử thì không còn gì phải nghi ngại nữa.

Nhiều Phật tử tu tập theo pháp môn Tịnh độ gần đây đã hình thành các ban hộ niệm và tổ chức việc trợ niệm ở các gia đình khi có người lâm chung. Điều này rất tốt, nhưng điểm cần lưu ý là người được trợ niệm phải là người đã tin nhận và tu tập theo pháp môn Tịnh độ. Nếu bình sinh họ tu tập theo một pháp môn khác và không hướng tâm về pháp môn Tịnh độ, thì việc những người thân trong gia đình gượng ép tổ chức hộ niệm có thể không mang lại kết quả tốt, bởi nếu điều đó là trái với ý muốn của người lâm chung thì sẽ không thể giúp họ khởi sinh thiện niệm.

Trong trường hợp đó, điều tốt hơn là nhắc nhở người lâm chung về những pháp tu mà họ đã từng tu tập hoặc quen thuộc, những việc thiện họ đã làm, hoặc nhắc về vị thầy mà trước đây họ đã quy y. Điều này sẽ giúp củng cố niềm tin vào Tam bảo cũng như giúp làm sinh khởi thiện niệm hướng về Tam bảo trong đời sống tiếp theo. Như vậy sẽ có nhiều khả năng mang lại kết quả tốt đẹp hơn.

Nói chung, thời điểm lâm chung nếu có thể được tận dụng để khơi dậy hoặc gieo cấy những tâm niệm hiền thiện cho người sắp chết thì sẽ là điều hết sức quý giá, và hiệu quả của những việc làm này có thể tin chắc là sẽ tốt hơn rất nhiều lần so với những gì chúng ta có thể làm sau khi họ đã chết.

Tuy nhiên, như đã nói trên, không phải ai cũng có thể tận dụng được cơ hội thứ nhất quý báu và ngắn ngủi này. Vì nhiều lý do khác nhau, có thể chúng ta hoặc bỏ lỡ, hoặc không thể biết chắc là đã tạo được cận tử nghiệp quyết định cho sự tái sinh tốt đẹp của người chết hay chưa. Và vì thế, việc tận dụng cơ hội thứ hai vẫn là cần thiết trong mọi trường hợp.

Cơ hội thứ hai chính là thời gian 49 ngày sau khi một người qua đời, là quãng thời gian mà chúng ta tin rằng người chết do những nhân duyên nào đó vẫn có thể còn lưu lại trong trạng thái trung ấm mà chưa tái sinh vào một cảnh giới khác.

Dựa vào niềm tin đó cũng như mong muốn làm được những điều tốt đẹp cuối cùng cho người thân của mình khi đã qua đời, có lẽ trong chúng ta sẽ không ai lại không cố gắng hết sức để tận dụng cơ hội này.

Theo mô tả về thân trung ấm trong các bản luận giải thì lúc ở trong trạng thái này, tâm thức người chết vẫn có khả năng nhận biết cuộc sống đang diễn ra. Họ vẫn nghe, thấy và nhận thức về mọi sự việc. Vì thế, trong giai đoạn này tâm thức có thể khởi sinh các tâm niệm hiền thiện cũng như sân hận, bực tức, ái luyến v.v... Và sự giúp đỡ tốt nhất từ người sống chính là tạo mọi thuận duyên để tâm thức người chết hướng về điều thiện cũng như sinh khởi càng nhiều tâm niệm hiền thiện càng tốt. Đó chính là những nhân tố tốt nhất để giúp họ có được một tái sinh tốt đẹp.

Ngay sau khi một người vừa qua đời, tốt nhất là nên mời thỉnh một vị thầy chân chánh đến thực hiện lễ thuyết linh. Đây là một hình thức thuyết pháp cho người vừa mới chết. Với những nghi thức nghiêm trang, thanh tịnh, vị thầy sẽ thuyết giảng những ý nghĩa cần thiết để tâm thức người chết có thể lắng nghe và nhận được lợi lạc từ Phật pháp. Nội dung chính thường là khuyên bảo người chết nên buông xả mọi sự luyến ái, hờn giận, tham muốn... đối với đời sống đã qua, hướng tâm về Tam bảo và khởi sinh thiện niệm để chuẩn bị cho một tái sinh tốt đẹp hơn, đồng thời khởi tâm tha thứ mọi lỗi lầm sai trái mà trước đây người khác đã làm đối với mình.

Trong trường hợp không thể tìm được một vị thầy đến thuyết giảng, những người thân trong gia đình cũng có thể tự đứng ra làm việc này, với những nội dung khấn nguyện cùng người chết như vừa nói trên.

Những nghi lễ tiếp theo cũng nên được hướng dẫn bởi một vị thầy chân chánh, có hiểu biết đúng đắn về Chánh pháp. Như đã nói, thời gian cầu nguyện cho người chết có thể kéo dài tối đa là 49 ngày, và thường được chia thành 7 tuần. Trong suốt thời gian này, ngoài việc tụng kinh, niệm Phật, những người thân trong gia đình nên phát tâm làm nhiều việc hiền thiện như bố thí, phóng sanh... và hồi hướng mọi công đức cho người chết. Đặc biệt cần lưu ý tuyệt đối tránh nhắc đến những việc không tốt trước đây đối với người chết, vì điều này có thể khiến họ khởi sinh những tâm niệm sân hận.

Ngoài ra, cần lưu ý rằng việc xác lập niềm tin trong nghi thức cầu siêu là vô cùng quan trọng. Khác với trong nghi thức cầu an, chúng ta có thể quan sát một phần các hệ quả tâm lý thực sự mang lại cho người cầu nguyện, đối tượng hướng đến của việc cầu siêu lại là tâm thức người đã chết và do đó chúng ta không thể biết được hiệu quả của việc cầu siêu có đạt được hay không, hoặc đạt được đến mức nào. Chính vì vậy, sự hoài nghi rất dễ nảy sinh, hay nói cách khác là không xác lập được niềm tin vững chắc khi thực hành nghi thức cầu siêu. Và cũng giống như hầu hết các hoạt động tâm linh khác, bởi niềm tin đóng vai trò quyết định nên sự hoài nghi có thể khiến cho việc cầu siêu không thể đạt được kết quả như mong muốn.

Sự hoài nghi của người Phật tử đối với việc cầu siêu có thể xuất phát từ chính những diễn giải không chính xác khi đọc Kinh điển. Chẳng hạn, đoạn kinh văn sau đây trích từ Tương Ưng Bộ

Kinh, chương Tương ưng thôn trưởng, phần thứ VI với tiêu đề "Người đất phương tây" (hay Người đã chết), từng được một số người dẫn chứng để bác bỏ ý nghĩa của việc cầu siêu. Nguyên bản Việt dịch của Hòa thượng Thích Minh Châu như sau:

"Một thời Thế Tôn trú ở Nàlandà, tại rừng Pàvàrikamba.

"Rồi thôn trưởng Asibandhakaputta đi đến Thế Tôn; sau khi đến, đảnh lễ Thế Tôn rồi ngồi xuống một bên.

"Ngồi xuống một bên, thôn trưởng Asibandhakaputta bạch Thế Tôn:

"- Bạch Thế Tôn, các vị Bà-la-môn trú đất phương tây, mang theo bình nước, đeo vòng hoa huệ (sevàla), nhờ nước được thanh tịnh. Những người thờ lửa, khi một người đã chết, đã mệnh chung, họ nhấc bổng và mang vị ấy ra ngoài (uyyàpenti), kêu tên vị ấy lên, và dẫn vị ấy vào thiên giới. Còn Thế Tôn, bạch Thế Tôn, là bậc A-la-hán, Chánh Đẳng Giác, Thế Tôn có thể làm như thế nào cho toàn thể thế giới, sau khi thân hoại mạng chung, được sanh lên thiện thú, thiên giới, cõi đời này?

"- Vậy, này Thôn trưởng, ở đây, Ta sẽ hỏi ông. Nếu ông kham nhẫn hãy trả lời.

"Này Thôn trưởng, ông nghĩ thế nào? Ở đây, một người sát sanh, lấy của không cho, sống theo

tà hạnh trong các dục, nói láo, nói hai lưỡi, nói lời độc ác, nói lời phù phiếm, tham lam, sân hận, theo tà kiến. Rồi một quần chúng đông đảo, tụ tập, tụ họp lại, cầu khẩn, tán dương, chắp tay đi cùng khắp và nói rằng: 'Mong người này, sau khi thân hoại mạng chung, được sanh lên thiện thú, thiên giới, cõi đời này!' Ông nghĩ thế nào, này Thôn trưởng, người ấy do nhân cầu khẩn của đại quần chúng ấy, hay do nhân tán dương, hay do nhân chắp tay đi cùng khắp, sau khi thân hoại mạng chung, người ấy được sanh lên thiện thú, thiên giới, cõi đời này?

"- Thưa không, bạch Thế Tôn.

"- Ví như, này Thôn trưởng, có người lấy một tảng đá lớn ném xuống một hồ nước sâu. Rồi một quần chúng đông đảo, tụ tập, tụ họp lại, cầu khẩn, tán dương, chắp tay đi cùng khắp và nói rằng: 'Hãy đứng lên, tảng đá lớn! Hãy nổi lên, tảng đá lớn! Hãy trôi vào bờ, này tảng đá lớn!' Ông nghĩ thế nào, này Thôn trưởng, tảng đá lớn ấy do nhân cầu khẩn của đại quần chúng ấy, hay do nhân tán dương, hay do nhân chắp tay đi cùng khắp, có thể trồi lên, hay nổi lên, hay trôi dạt vào bờ không?

"- Thưa không, bạch Thế Tôn.

"- Cũng vậy, này Thôn trưởng, người nào sát sanh, lấy của không cho, sống theo tà hạnh trong các dục, nói láo, nói hai lưỡi, nói lời độc ác, nói lời *phù phiếm, tham lam, sân hận, theo tà kiến. Rồi một quần chúng đông đảo, tụ tập, tụ họp lại, cầu khẩn, tán dương, chắp tay đi cùng khắp và nói rằng: 'Mong người này, sau khi thân hoại mạng chung, được sanh lên thiện thú, Thiên giới, cõi đời này!' Nhưng người ấy, sau khi thân hoại mạng chung, phải sanh vào cõi dữ, ác thú, đọa xứ, địa ngục... ...."*

Trong bản kinh trên, đức Phật dạy về tính xác thật của nhân quả; về hành vi, nghiệp lực đã tạo ra sẽ quyết định sự tái sanh của một người. Căn cứ vào lời dạy này, khi một người tạo nghiệp xấu ác, ta không thể kêu gọi, cầu khẩn để giúp người ấy được tái sanh về cảnh giới hiền thiện, tốt đẹp.

Một số người căn cứ vào những lời dạy này để bác bỏ hoàn toàn ý nghĩa và kết quả của việc cầu siêu, cho rằng làm như thế là không đúng lời Phật dạy.

Tuy nhiên, trong đoạn kinh văn trên đây, chúng ta cần chú ý đến hai ý nghĩa khác biệt quan trọng so với các trường hợp thực hành nghi thức cầu siêu mà chúng ta đang bàn đến.

Thứ nhất, trong kinh văn đức Phật đang dẫn ra trường hợp có thể nói là cực kỳ xấu ác, khi một người phạm vào đủ tất cả những điều như *"sát sanh, lấy của không cho, sống theo tà hạnh trong các dục, nói láo, nói hai lưỡi, nói lời độc ác, nói lời phù phiếm, tham lam, sân hận, theo tà kiến*". Với một người có nếp sống như thế, điều tất nhiên là mọi người Phật tử đã tin nhận lời Phật dạy đều sẽ đồng ý rằng, không thể cầu nguyện để thay đổi kết quả tái sinh mà người ấy phải nhận lãnh. Điều này hoàn toàn chắc chắn, cũng như khi ném một tảng đá xuống hồ nước sâu thì nó nhất định phải chìm, không thể cầu khẩn, tán dương, mong mỏi... bằng bất cứ cách nào để tảng đá ấy nổi lên được!

Hầu hết các trường hợp mà chúng ta muốn thực hành nghi thức cầu siêu đều không phải vậy, hay ít ra thì chúng ta cũng tin là không phải vậy. Những người thân đã mất mà chúng ta mong muốn cầu siêu, tuy không có được một đời sống thánh thiện, toàn hảo, nhưng chí ít cũng là những người đã quy y Tam bảo, phần nào đó có thọ trì Ngũ giới, và thi thoảng hẳn cũng biết làm những việc phước thiện như bố thí, phóng sanh, cứu giúp người nghèo khó... Nếu không được vậy, thì ít ra họ cũng không đến nỗi phạm vào đủ cả 10 bất thiện nghiệp như nêu ra trong đoạn kinh văn trên. Tuy họ có thể vẫn còn nhiều tham, sân, si... trong đời sống, nhưng hẳn cũng có những lúc biết thức tỉnh, có đi chùa, lễ Phật, tụng kinh, trì chú... hoặc tu tập một số pháp lành.

Nói cách khác, những đối tượng của việc cầu siêu hẳn chưa đến mức là *"tảng đá ném xuống hồ sâu"*, và vì thế mà khả năng *"chìm hay nổi"* chưa phải là điều ta có thể xác định chắc chắn. Dân gian có câu *"còn nước còn tát"*, dù chỉ một chút hy vọng nhỏ nhoi cuối cùng khi người thân của mình đã mất đi, nhưng nếu có thể làm được gì tốt hơn cho người ấy, có lẽ không ai trong chúng ta lại từ chối không cố gắng.

Điểm khác biệt thứ hai là, sự cầu khẩn nêu ra để bác bỏ trong đoạn kinh văn trên rõ ràng theo phương cách của những người tà kiến, không phải của người Phật tử, bởi đó chỉ là *"một quần chúng đông đảo, tụ tập, tụ họp lại, cầu khẩn, tán dương, chắp tay đi cùng khắp và nói rằng: Mong người này, sau khi thân hoại mạng chung, được sanh lên thiện thú, thiên giới, cõi đời này!"* Như thế thì tất nhiên không thể có kết quả gì, vì chúng ta không thấy có mối tương quan nhân quả nào giữa việc họ làm với việc người chết sẽ được tái sanh về cảnh giới hiền thiện, tốt đẹp.

Nhưng việc thực hành nghi thức cầu siêu trang nghiêm thanh tịnh và đúng pháp là hoàn toàn khác. Chúng ta căn cứ vào những lời Phật dạy để mong muốn làm điều tốt đẹp cho người thân của mình một cách chân chánh. Chúng ta hoàn toàn không muốn thay đổi nhân quả một cách vô lý, nhưng chúng ta tạo nhân thích hợp để có được quả tốt hơn. Vì trong Kinh điển dạy rằng người lâm chung cũng như sau khi chết nếu được nghe niệm Phật, tụng kinh, được nghe Pháp sư chân chánh thuyết pháp (trong lễ Thuyết linh), thì có thể khởi sinh tâm niệm hiền thiện. Với cận tử nghiệp tốt đẹp này, cảnh giới tái sanh của người ấy sẽ có thể tốt đẹp hơn. Những phương thức tác động này so với sự cầu khẩn nói trên là hoàn toàn khác nhau.

Hơn nữa, khi tất cả người thân cùng hướng tâm cầu nguyện chân thành, cùng làm mọi thiện nghiệp để đem năng lực hiền thiện ấy hồi hướng cho người chết, thì đó là chúng ta đang tạo nhân lành để cầu quả tốt, cũng hoàn toàn khác biệt với những *"quần chúng đông đảo, tụ tập"* như mô tả trên.

Nói tóm lại, dựa vào những lời dạy trong Kinh điển về cận tử nghiệp và về thân trung ấm, chúng ta có thể đặt niềm tin vào việc thực hiện nghi thức cầu siêu cho người thân đã chết một cách đúng Chánh pháp và có quyền hy vọng vào những kết quả tốt đẹp ở một mức độ nào đó của việc làm này.

Vì thế, việc nhận hiểu đoạn kinh văn trên theo cách bác bỏ hoàn toàn ý nghĩa của nghi thức cầu siêu là không hợp lý. Ngược lại, những lời Phật dạy trong đó cần được hiểu theo đúng với bối cảnh sự việc cũng như hàm ý thuyết giảng của ngài, trong khi việc thực hành nghi thức cầu siêu là thuộc về một bối cảnh khác, một phạm trù khác.

Điều tất nhiên là, người Phật tử tin vào lời

Phật dạy hẳn phải đồng ý rằng mỗi người đều phải lãnh chịu những nghiệp quả do chính mình đã tạo ra, không thể xem việc cầu siêu như một phương thức dựa vào để làm thay đổi ngược lại. Vì thế, điều tốt nhất vẫn là phải cố gắng thực hiện một nếp sống hiền thiện, tạo nhiều thiện nghiệp để chuẩn bị cho sự ra đi cuối đời của mình. Tuy nhiên, khi còn trôi lăn trong cuộc sống thế tục bon chen, quả thật không mấy ai có thể luôn giữ tâm hiền thiện mà không thỉnh thoảng khởi sinh những tâm niệm tham lam, sân hận, si mê... Do đó, nếu xem nghi thức cầu siêu như một nỗ lực trợ giúp cuối cùng cho người thân của mình ngay sau khi họ qua đời, thì chúng ta sẽ thấy rằng việc làm này thật vô cùng ý nghĩa và chính đáng, cho dù kết quả đạt được đến mức nào vẫn còn phải tùy thuộc vào nghiệp quả mà người ấy đã tạo ra.

Hơn thế nữa, khi thực hành các việc lành như bố thí, phóng sinh... hoặc tụng kinh, niệm Phật và hồi hướng cầu siêu cho người chết, thật ra là chúng ta cũng đang làm lợi lạc rất nhiều cho người sống cũng như cho chính bản thân mình. Những hạt giống hiền thiện mà chúng ta gieo cấy đó luôn góp phần làm cho cuộc sống được tốt đẹp hơn, cả trong ý nghĩa tinh thần cũng như vật chất.

Ngoài ra, việc tin vào nghi thức cầu siêu còn có một lợi ích lớn lao khác nữa. Đó là, niềm tin chân chính vào việc thực hiện những điều tốt

Tha lực và các vấn đề cầu an, cầu siêu, lễ sám

đẹp cho người chết sẽ giúp chúng ta vượt qua nỗi đau mất mát người thân dễ dàng hơn. Từ khi còn nhỏ, tôi đã từng chứng kiến nhiều đám tang mà thân nhân người chết vật vã khóc than trong suốt nhiều ngày liền. Một số người khác thì bỏ ăn uống, đau khổ đến mức bơ phờ tưởng như sắp chết theo người thân của họ. Đối với người Phật tử tin sâu Phật pháp thì điều này sẽ không xảy ra, vì chúng ta biết rằng sự than khóc đau buồn của ta sẽ có hại rất nhiều cho người chết, khiến họ bám víu nhiều hơn vào đời sống cũ mà không thể hoan hỷ tái sinh về một cảnh giới tốt lành. Khi thực sự thương yêu, nhớ nghĩ đến người chết và làm theo đúng những gì Phật dạy, chúng ta vừa làm lợi ích cho người đã khuất nhưng cũng đồng thời tự làm lợi ích cho chính mình và mọi người quanh mình. Tất cả những điều này, mỗi chúng ta đều có thể suy xét và thể nghiệm ngay trong cuộc sống của chính mình.

Mặt khác, niềm tin quan trọng nhất trong nghi thức cầu siêu chính là niềm tin vào đức Phật A-di-đà. Vì thế, nói đến thực hành nghi thức cầu siêu thì không thể không xác lập niềm tin vào đức Phật A-di-đà, bao gồm cả sự hiện hữu cũng như nguyện lực vô biên của ngài trong việc tiếp dẫn mọi chúng sinh hữu duyên về thế giới Cực Lạc. Nếu không thể xác lập niềm tin vào đức Phật A-di-đà và nguyện lực của ngài, thì việc thực hành nghi thức cầu siêu sẽ trở nên mơ hồ, không định hướng, và do đó khó có thể có được kết quả.

Đức Phật A-di-đà có thực sự hiện hữu hay không? Đây là câu hỏi quan trọng đối với rất nhiều Phật tử, nhất là những người đã và đang tu theo pháp môn Tịnh độ nhưng thực sự chưa củng cố được niềm tin, chưa nhận hiểu đầy đủ về pháp môn tu tập của mình.

Đức Phật A-di-đà và thế giới Cực Lạc của ngài được đề cập đến rõ nét nhất trong kinh A-di-đà, là bản kinh quan trọng được đông đảo Phật tử tin nhận và trì tụng. Vì thế, những người hoài nghi về sự hiện hữu của đức Phật A-di-đà thường không phải là phủ nhận hoàn toàn mà có khuynh hướng nhận hiểu, diễn giải về đức Phật A-di-đà như một biểu tượng, thay vì là một đức Phật thực sự hiện hữu như kinh văn mô tả, cho dù trong kinh A-di-đà đức Phật Thích-ca Mâu-ni không chỉ thuyết giảng về đức Phật A-di-đà và thế giới của ngài, mà còn có cả sự chứng minh của vô số chư Phật mười phương:

"Xá-lợi-phất! Cũng như ta nay xưng tán lợi ích công đức không thể nghĩ bàn của Phật A-di-đà, phương đông lại có chư Phật như: Phật A-súc-bệ, Phật Tu-di Tướng, Phật Đại Tu-di, Phật Tu-di Quang, Phật Diệu Âm..., vô số chư Phật như vậy, mỗi vị đều từ cõi nước của mình, hiện tướng lưỡi rộng dài bao trùm ba ngàn đại thiên thế giới,

nói ra lời chân thật này: Hết thảy chúng sinh nên tin vào lời xưng tán công đức chẳng thể nghĩ bàn của kinh mà tất cả chư Phật đều hộ niệm."[1]

Việc nhận hiểu theo cách diễn giải cho rằng đức Phật A-di-đà chỉ là một biểu tượng có lẽ được xuất phát từ một số tư tưởng trong Thiền tông, mà tiêu biểu nhất có thể dẫn ra bài kệ của Thượng sĩ Tuệ Trung, một thiền sư cư sĩ nổi tiếng vào đời Trần, trong đó có hai câu sau:

Di-đà vốn thật pháp thân ta,
Nam bắc đông tây khắp chói lòa.

Hình ảnh đức Phật A-di-đà ở đây được xem như một biểu tượng pháp thân thanh tịnh của chính mỗi người, vốn tự tỏa sáng khắp nơi không ngăn ngại. Theo ý nghĩa được nêu ở đây, một khi hành giả có thể tu tập thanh tịnh tâm ý, làm hiển lộ tự tánh thanh tịnh hay pháp thân của

---

[1] 舍利弗！如我今者，讚歎阿彌陀佛不可思議功德；東方亦有阿閦鞞佛、須彌相佛、大須彌佛、須彌光佛、妙音佛，如是等恆河沙數諸佛，各於其國出廣長舌相，遍覆三千大千世界，說誠實言：『汝等眾生，當信是稱讚不可思議功德一切諸佛所護念經。』(Xá-lợi-phất! Như ngã kim giả tán thán A-di-đà Phật bất khả tư nghị công đức, Đông phương diệc hữu A-súc-bệ Phật, Tu-di Tướng Phật, Đại Tu-di Phật, Tu-di Quang Phật, Diệu Âm Phật... như thị đẳng Hằng hà sa số chư Phật, các ư kì quốc, xuất quảng trường thiệt tướng, biến phú tam thiên đại thiên thế giới thuyết thành thật ngôn: Nhữ đẳng chúng sinh đương tín thị, xưng tán bất khả tư nghị công đức nhất thiết chư Phật sở hộ niệm kinh. - Đại Chánh tạng, Tập 12, kinh số 366, trang 347, tờ b, dòng thứ 18 - 23).

chính mình, thì đó chính là hình tượng đức A-di-đà đang hiển hiện.

Tương đồng với ý nghĩa này, vua Trần Nhân Tông cũng viết trong *Cư trần lạc đạo phú*:

Tịnh độ là lòng trong sạch,
Chớ còn ngờ hỏi đến Tây phương.
Di-đà là tánh sáng soi,
Mựa phải nhọc tìm về Cực Lạc.

Ý nghĩa biểu trưng ở đây rất rõ ràng. Cõi Tịnh độ hay Cực Lạc ở Tây phương chính là biểu trưng của "lòng trong sạch", tức tâm ý thanh tịnh. Và Phật A-di-đà là biểu tượng của trí tuệ, của tự tánh thanh tịnh tỏa sáng hay "tính sáng soi". Qua đó, tác giả nhấn mạnh việc không cần phải hoài nghi về cảnh giới Tây phương, cũng không cần phải nhọc công tìm về Cực Lạc, bởi vì khi tự mình tu tập thanh tịnh tâm ý, hiển lộ tự tánh thanh tịnh sáng suốt thì ngay đó chính là cảnh giới Cực Lạc, ngay đó chính là hiển hiện đức Phật A-di-đà.

Không riêng gì Thiền tông Việt Nam đời Lý-Trần, Thiền tông Trung Hoa từ thời Lục tổ Huệ Năng cũng đã có tư tưởng này. Trong kinh Pháp Bảo Đàn, phẩm Nghi vấn, Lục tổ giảng giải về Tịnh độ như sau:

"Đức Thế Tôn nơi thành Xá-vệ thuyết việc sanh về Tây phương, kinh nói rõ ràng đến đó không xa. Nếu theo cách nói về hình tướng, thì

số dặm là qua mười muôn ức cõi, chính là nói mười điều ác ngăn trở trong thân người, nên nói là xa. Nói xa, là với những kẻ căn cơ thấp kém. Nói gần, là với những bậc thượng trí....

"Nay khuyên các vị thiện tri thức: Trước trừ mười điều ác, tức là qua được mười muôn cõi nước, trừ được mười sự ác chướng ngăn che. Mỗi niệm thường thấy tánh, thường làm chuyện công bằng, chánh trực, thì đến nơi như búng móng tay, liền thấy Phật Di-đà..." [1]

Trong phần giảng giải này của Lục tổ, chúng ta thấy rõ ý nghĩa biểu trưng qua cách giải thích "mười muôn ức cõi" là mười điều ác, và tu tập dứt hết mọi điều xấu ác, thường thấy được tự tánh sáng suốt của mình, thường làm chuyện công bằng, chánh trực... liền lập tức thấy Phật Di-đà, nhanh "như búng móng tay"...

Những ý nghĩa biểu trưng như trên đều hoàn toàn đúng đắn, có thể chỉ ra con đường tu tập chân chánh cho mọi người Phật tử. Vấn đề ở đây là, liệu cách hiểu này có phủ nhận hình ảnh đức Phật A-di-đà như một vị Phật thực sự hiện hữu trong không gian và thời gian, nghĩa là đúng như những mô tả cụ thể trong Kinh điển hay không?

Trong rất nhiều Kinh điển, đức Phật luôn nhấn mạnh điểm chính yếu trong sự tu tập là

---

[1] Kinh Pháp Bảo Đàn, bản Việt dịch của Đoàn Trung Còn - Nguyễn Minh Tiến, NXB Tôn giáo (2002), trang 44 – 45.

hoàn thiện tâm ý. Hai bài kệ đầu tiên trong kinh Pháp cú dạy rằng:

1. Ý dẫn đầu các pháp,
Ý làm chủ, ý tạo;
Nếu với ý ô nhiễm,
Nói lên hay hành động,
Khổ não bước theo sau,
Như xe, chân vật kéo.

2. Ý dẫn đầu các pháp,
Ý làm chủ, ý tạo,
Nếu với ý thanh tịnh,
Nói lên hay hành động,
An lạc bước theo sau,
Như bóng, không rời hình.

Như vậy, việc tu tập tự tâm thanh tịnh để phát triển trí tuệ, hiển lộ tự tánh sáng suốt, tất nhiên là phương thức chân chánh để đạt đến cảnh giới của chư Phật, không riêng gì đức Phật A-di-đà, mà có thể nói rằng hành giả đạt đạo theo cách ấy có thể tiếp cận với tất cả chư Phật trong mười phương. Với "ý thanh tịnh" thì cảnh giới quanh ta chính là Cực Lạc, tự tánh chính là Phật A-đi-đà. Điều đó không có gì phải nghi ngại.

Thế nhưng, chư Phật ra đời vì giáo hóa chúng sinh mê muội, không phải vì hàng thánh giả đạt đạo. Mà đối với đa số chúng sinh đang còn mê muội thì từ chỗ tham lam, sân hận, si mê trong đời sống, muốn vượt lên đến chỗ *"Di-đà vốn thật pháp thân ta"* như Thượng sĩ Tuệ Trung nói đó, quả thật không phải chuyện dễ dàng, nếu không muốn nói là bất khả thi. Chính vì vậy, đức Phật Thích-ca Mâu-ni mới từ bi thuyết dạy pháp môn phương tiện, dẫn dắt chúng sinh mê lầm đi từ chỗ hình tướng đến nơi không hình tướng, đi từ chỗ bám chấp vào đối tượng bên ngoài đến chỗ thấy được tự tánh bản lai thanh tịnh.

Như vậy, hành giả nếu có thể đạt đến chỗ *"tức tâm tức Phật"*, hẳn nhiên không cần thiết phải niệm Phật cầu vãng sanh, bởi ngay nơi chỗ đạt ngộ đó thì đã thấy được *"Di-đà là tánh sáng soi"*, nên *"mựa phải nhọc tìm về Cực Lạc"*. Tuy nhiên, dù có người đạt được như thế thì cũng không thể bác bỏ, phủ nhận sự hiện hữu thực sự của đức Phật A-di-đà như trong kinh mô tả, bởi Phật trong tâm không hề ngăn ngại Phật thị hiện trong từng cảnh giới. Đối với người mê tối thì nếu không có vị Phật bên ngoài dẫn dắt giáo hóa, ắt cũng không thể tự thấy được Phật trong tâm.

Tương tự, đức Phật Thích-ca trong rất nhiều kinh luận Đại thừa đều xác nhận *"Tất cả chúng sinh là Phật sẽ thành"*, nhưng chúng ta không thể dựa vào điều đó để bác bỏ sự hiện hữu thật sự của đức Phật Thích-ca, người đã từng đản sanh và giáo hóa nơi thế giới này. Mỗi chúng ta đều có Phật trong tâm, nhưng tin vào điều đó không có nghĩa là không tin có chư Phật đang giáo hóa trong mười phương quốc độ. Chính Lục tổ Huệ Năng cũng từng xác nhận: *"Khi mê nhờ thầy độ, khi ngộ rồi tự độ."* Chúng sinh đang còn mê tối, nếu không nhờ có nguyện lực đại từ bi của đức Phật A-di-đà và sự dẫn dắt, giáo hóa của đức Phật Thích-ca thì làm sao có thể tự mình thấy được *"tự tánh Di-đà"*?

Như đã nói trên, pháp tu của hàng thượng căn thượng trí hẳn phải khác với người căn cơ thấp kém, như Lục tổ cũng chỉ rõ trong đoạn văn trên: *"Nói xa, là với những kẻ căn cơ thấp kém. Nói gần, là với những bậc thượng trí...."*

Rõ ràng, Tổ sư cũng phân biệt kẻ *"căn cơ thấp kém"* với *"bậc thượng trí"*, cho nên khi dạy người *"thấy tánh thành Phật"* thì không phải ai cũng là người làm được. Ngược lại, với đa số chúng sinh *"căn cơ thấp kém"* thì việc vượt qua *"mười muôn ức cõi nước"* không thể không nhờ đến con thuyền Tịnh độ.

Như người bơi lội giỏi, muốn vượt sông chỉ cần nhảy xuống nước bơi thẳng sang bờ bên kia. Người ấy quả thật không cần đến con đò, nhưng cũng không thể vì thế mà phủ nhận sự hiện hữu của ông lão chèo đò tốt bụng, vẫn thường xuyên đưa những người yếu đuối, không biết bơi lội sang sông.

Như vậy, theo lời Phật dạy thì việc nhận biết tự tánh của người đạt đạo không hề phủ nhận pháp tu phương tiện của kẻ sơ cơ, bởi tất cả đều viên dung trong mục đích giáo hóa của chư Phật. Không thể vì tin vào *"tự tánh Di-đà"* mà phủ nhận đức Phật A-di-đà thật có nơi thế giới Tây phương Cực Lạc. Hơn nữa, nếu người đã thực sự thấy được *"tự tánh Di-đà"*, ắt cũng sẽ không còn khởi lên những tranh biện thuộc loại này.

Còn như xét về sự tướng, theo lý luận tri thức thế gian, thì cũng không thể phủ nhận sự hiện hữu của đức Phật A-di-đà, cho đến vô số chư Phật trong mười phương. Vì sao vậy? Trong dòng thời gian vô thủy vô chung, chỉ theo lý mà suy cũng thấy ngay là không thể chỉ có đức Phật Thích-ca Mâu-ni là duy nhất. Nếu như ngài đã có thể tu tập thành Chánh giác, thì vô số chúng sinh từ vô thủy đến nay hẳn cũng phải có những người khác đã tu tập và đã thành Chánh giác. Trong Kinh điển, đức Phật đã xác nhận điều đó và theo suy luận thì như thế cũng hoàn toàn hợp lý. Trong vô số những vị Phật khác đó, việc thật có một vị Phật mang danh hiệu A-di-đà với tâm nguyện độ sinh bằng 48 lời đại nguyện cũng là điều tự nhiên. Đức Phật Thích-ca Mâu-ni đã vì thương xót chúng sinh nên thuyết dạy kinh A-di-đà, chỉ bày pháp môn Tịnh độ, nói rõ với chúng ta về vị Phật đó, về cõi Phật đó. Người Phật tử tin nhận lời Phật dạy ắt không thể nghi ngờ. Và theo đó mà xét thì việc đức Phật Thích-ca Mâu-ni nhọc lòng thuyết giảng về đức Phật A-di-đà cho chúng sinh cõi Ta-bà này được biết và hướng tâm cầu nguyện vãng sanh, rõ ràng là một nhân duyên tốt, có thể giúp mở ra con đường tu tập thích hợp cho rất nhiều chúng sinh.

Một khi có thể tin nhận cả *"tự tánh Di-đà"* cũng như một đức Phật A-di-đà thực sự hiện hữu ở cảnh giới Tây phương, thì mỗi chúng ta đều có quyền chọn lựa cho mình một pháp tu thích hợp mà không hề có sự ngăn ngại, bác bỏ lẫn nhau. Với những ai có tâm lực vững vàng, trí tuệ sáng suốt thuộc hàng thượng căn thượng trí, hẳn có thể chọn theo cách tu dưỡng tự tâm để sớm đạt đến chỗ *"thấy tánh thành Phật"*, tự chuyển hóa cõi uế trược này hóa thành Tịnh độ. Nhưng đối với những kẻ mê chấp còn dày, tham sân còn nặng, dù đã tin nhận lời Phật dạy nhưng nghiệp chướng si mê nhiều đời chưa dễ dứt trừ, thì việc nhận ra *"tự tánh Di-đà"* e không thể là chuyện trong sớm tối. Với những người này, việc đặt niềm tin vào đức Phật A-di-đà và nguyện lực của ngài cũng là hoàn toàn đúng theo Chánh pháp. Trong kinh A-di-đà, đức Phật dạy:

"Xá-lợi-phất! Như những kẻ nam, người nữ có lòng lành, nghe giảng nói về Phật A-di-đà, bèn chuyên tâm niệm danh hiệu ngài, hoặc một ngày, hoặc hai ngày, hoặc ba ngày, hoặc bốn ngày, hoặc năm ngày, hoặc sáu ngày, hoặc bảy

ngày... nhất tâm không tán loạn. Người ấy khi lâm chung liền thấy đức Phật A-di-đà cùng các vị Thánh chúng hiện ra trước mắt. Khi mạng chung tâm không điên đảo, liền được sanh về cõi Cực Lạc của đức Phật A-di-đà."[1]

Về mặt tu tập, trong đoạn kinh văn này chúng ta thấy đức Phật chỉ bày cả hai yếu tố tự lực và tha lực.

Về tự lực, người niệm Phật phải chuyên tâm, nghĩa là phải buông xả mọi ngoại duyên, chỉ còn chú tâm duy nhất vào một việc niệm Phật mà thôi. Chuyên tâm như vậy cho đến khi nào đạt được sự *"nhất tâm bất loạn"*. Kinh văn nói một ngày cho đến bảy ngày chỉ là tượng trưng, không phải tính đếm cụ thể, mà hàm ý việc tu tập như vậy phải kiên trì, liên tục không gián đoạn, cho đến khi nào đạt được kết quả *"nhất tâm bất loạn"* mới thôi, bất kể là bao lâu.

---

[1] Xá-lợi-phất! Nhược hữu thiện nam tử, thiện nữ nhân, văn thuyết A-di-đà Phật, chấp trì danh hiệu, nhược nhất nhật, nhược nhị nhật, nhược tam nhật, nhược tứ nhật, nhược ngũ nhật, nhược lục nhật, nhược thất nhật, nhất tâm bất loạn, kỳ nhân lâm mệnh chung thời, A-di-đà Phật dữ chư Thánh chúng hiện tại kì tiền, thị nhân chung thời tâm bất điên đảo, tức đắc vãng sinh A-di-đà Phật Cực Lạc quốc độ. 舍利弗！若有善男子、善女人，聞說阿彌陀佛，執持名號，若一日、若二日、若三日、若四日、若五日、若六日、若七日，一心不亂。其人臨命終時，阿彌陀佛與諸聖眾現在其前。是人終時，心不顛倒，即得往生阿彌陀佛極樂國土。(Đại Chánh tạng, Tập 12, kinh số 366, trang 347, tờ b, dòng thứ 10 - 15).

Thật ra, người đã đạt được mức độ định tâm này rồi thì công phu tu tập từ đó về sau cũng sẽ thường được an trú trong Chánh định, không còn gián đoạn, thối thất. Cho nên, ý nghĩa nỗ lực tự thân ở đây là rất quan trọng.

Về tha lực, đoạn kinh văn này nhắc lại và xác quyết về đại nguyện của đức Phật A-di-đà, theo đó thì tất cả những chúng sinh nào chuyên tâm niệm danh hiệu ngài, cầu được vãng sanh về cõi nước của ngài, đều sẽ được ngài và Thánh chúng hiện đến tiếp dẫn về cảnh giới Cực Lạc.

Khi đã hội đủ hai điều kiện tự lực và tha lực như trên thì kết quả hiện tiền là người ấy sẽ *"mạng chung tâm không điên đảo, liền được sanh về cõi Cực Lạc của đức Phật A-di-đà"*.

Khi hiểu đúng được đoạn kinh văn này, ta sẽ thấy rằng hồng danh đức Phật A-di-đà không phải một câu thần chú để bất cứ ai đọc lên cũng đều sẽ được vãng sinh, mà điều kiện trước hết là người ấy phải từng được nghe giảng giải về Phật A-di-đà và tin nhận, phải có được một sự phát tâm chân thành, chí thiết. Thứ hai là phải *"chuyên tâm niệm danh hiệu ngài"* như một pháp môn tu tập kiên trì, nghĩa là chỉ hướng tâm duy nhất vào việc niệm danh hiệu Phật, không nghĩ nhớ đến bất kỳ điều gì khác, phải buông xả hết muôn duyên vướng bận. Có được hai yếu tố này rồi, mới tiếp tục duy trì, nuôi dưỡng từ một ngày, hai ngày... tu tập không gián đoạn cho đến lúc đạt được sự *"nhất tâm bất loạn".*

Vì đại nguyện tiếp dẫn của đức Phật A-di-đà là luôn sẵn có và không giới hạn, tâm thức người niệm Phật lại có sự chân thành hướng về và sẵn sàng tiếp nhận tha lực của đức Phật, nên sự *"cảm ứng đạo giao"* hoàn toàn có đủ điều kiện để xảy ra, và người niệm Phật sẽ đạt được kết quả vãng sanh về Cực Lạc.

Chúng ta cũng cần chú ý một điều, cốt lõi của kinh A-di-đà là niềm tin. Trong toàn bản kinh, đức Phật lặp lại ba lần khuyên dạy, nhưng cuối cùng ngài vẫn còn băn khoăn lo lắng rằng chúng sinh không chịu tin nhận, bởi biết rằng những gì ngài thuyết dạy trong kinh này là hết sức khó tin nhận đối với chúng sinh.

Lần thứ nhất, sau khi giảng nói chi tiết về đức Phật A-di-đà và cõi Cực Lạc ở phương tây, đức Phật dạy: *"Xá-lợi-phất! Chúng sanh nghe biết rồi, nên phát nguyện sanh về cõi ấy."*[1]

Lần thứ hai, sau khi giảng nói những lợi ích của sự vãng sinh và phương thức để được vãng sinh là tin nhận và trì niệm danh hiệu đức Phật A-di-đà, đức Phật ân cần lặp lại lời khuyên dạy:

---

[1] Xá-lợi-phất! Chúng sinh văn giả, ưng đương phát nguyện, nguyện sinh bỉ quốc. 舍利弗！眾生聞者，應當發願，願生彼國。(Đại Chánh tạng, Tập 12, kinh số 366, trang 347, tờ b, dòng 7 - 8).

"Xá-lợi-phất! Ta thấy sự lợi ích đó, nên mới giảng nói như vậy. Nếu có chúng sinh nào được nghe, nên phát nguyện sanh về cõi ấy."[1]

Sau hai lần khuyên dạy và giảng rõ như thế, vô số chư Phật ở khắp mười phương trong hư không liền hiển lộ tướng chân thật[2] để chứng minh cho lời dạy của đức Phật Thích-ca, tất cả đều khuyên chúng sinh nên tin nhận những lời dạy đó, vì tất cả chư Phật đều hộ niệm cho kinh này.

Và sau khi đã có sự chứng minh của tất cả chư Phật, đức Phật Thích-ca lại ân cần khuyên dạy thêm lần thứ ba, nhấn mạnh ở việc chư Phật cũng đều đồng lòng như vậy:

"Xá-lợi-phất! Vì vậy mọi người đều nên tin theo lời ta và chư Phật đã nói."[3]

Ba lần khuyên dạy, thật hết sức ân cần thiết tha, lại có sự viện dẫn đến hết thảy chư Phật

---

[1] Xá-lợi-phất! Ngã kiến thị lợi, cố thuyết thử ngôn. Nhược hữu chúng sinh văn thị thuyết giả ưng đương phát nguyện sinh bỉ quốc độ. 舍利弗！我見是利，故說此言。若有眾生聞是說者，應當發願生彼國土。(Đại Chánh tạng, Tập 12, kinh số 366, trang 347, tờ b, dòng 15 - 17).

[2] Tướng chân thật: tức là tướng lưỡi rộng dài của chư Phật, có được do các ngài đã qua nhiều đời nhiều kiếp luôn nói lời chân thật, không bao giờ sai dối.

[3] Thị cố Xá-lợi-phất! Nhữ đẳng giai đương tín thọ ngã ngữ cập chư phật sở thuyết. 是故舍利弗！汝等皆當信受我語及諸佛所說。(Đại Chánh tạng, Tập 12, kinh số 366, trang 348, tờ a, dòng 11 - 12).

chứng minh đó là những lời chân thật, nhưng đức Phật Thích-ca vẫn còn lo lắng rằng đối với chúng sinh mê muội trong vòng vô minh tăm tối, có thể họ vẫn chưa chịu tin nhận. Vì thế, ngài lại tiếp tục thuyết phục thêm bằng cách chỉ ra sự khó tin nhận của pháp môn này:

"Xá-lợi-phất! Nên biết rằng, ta ở trong cõi đời xấu ác có năm thứ uế trược, làm nên việc khó khăn, đạt được quả Vô thượng Chánh đẳng Chánh giác, vì tất cả thế gian thuyết dạy pháp môn khó tin nhận này, thật là một điều rất khó lắm thay!"[1]

Quả thật rất khó tin nhận, nên sự thật là đã có không ít người không chịu tin nhận, hoặc tin nhận một cách sai lầm về bản kinh này. Một khi đã không tin nhận thì đương nhiên sẽ dẫn đến việc phủ nhận sự hiện hữu của đức Phật A-di-đà. Và như thế thì tự thân mình không thể tu tập pháp môn Tịnh độ, mà cũng không thể thực hành có kết quả nghi thức cầu siêu cho người thân đã mất của mình.

Về mặt tu tập tự thân, chúng ta đã tìm hiểu về sự phát sinh tha lực từ chư Phật đối với những

---

[1] Xá-lợi-phất! Đương tri ngã ư ngũ trược ác thế, hành thử nan sự, đắc A-nậu-đa-la Tam-miệu Tam-bồ-đề, vị nhất thiết thế gian thuyết thử nan tín chi pháp, thị vi thậm nan. 舍利弗！當知我於五濁惡世，行此難事；得阿耨多羅三藐三菩提，為一切世間說此難信之法，是為甚難！(Đại Chánh tạng, Tập 12, kinh số 366, trang 348, tờ a, dòng 23 - 26).

chúng sinh có tâm thành, có sự tu tập chân chánh. Một khi nguyện lực vô biên của chư Phật luôn hướng đến tất cả chúng sinh với lòng đại từ đại bi sẵn lòng cứu độ, thì vấn đề còn lại chỉ là ở nơi chúng ta, phải có sự tu tập chân chánh, có tâm chí thành thanh tịnh, để có thể làm khởi sinh sự *"cảm ứng đạo giao nan tư nghị"*.

Nếu chúng ta không tu tập, trong tâm ta đầy phiền não cấu nhiễm, không thanh tịnh, không chân thành, thì chắc chắn không thể có sự cảm ứng. Trong trường hợp đó, ta không thể nói là không có Phật A-di-đà, bởi sự khuyết thiếu là ở nơi chúng ta. Cũng giống như sóng vô tuyến truyền hình phủ khắp trong vùng và mỗi nhà chúng ta đều sẵn có ti-vi, nếu riêng ta không xem được hình ảnh thì đó là do ti-vi của ta bị hỏng, không phải do không có sóng truyền hình.

Về mặt ý nghĩa cầu siêu cho người đã chết, chúng ta cũng đặt niềm tin nương theo tha lực của đức Phật A-di-đà. Và như đã nói, người chết cũng phải là người đã từng tin nhận và phát tâm hướng về Tịnh độ. Có như vậy thì sự nhắc nhở, hỗ trợ của chúng ta trong giai đoạn này mới có kết quả tốt. Nhưng cho dù không được như thế, ta vẫn có thể hy vọng gieo được một hạt giống lành vào tâm thức người chết trong giai đoạn chuẩn bị tái sinh, giúp họ có thêm được một điều kiện tốt hơn cho đời sống tiếp theo.

Ý nghĩa của nghi thức cầu siêu đúng Chánh pháp là như thế, nhưng hiện nay do thiếu hiểu biết nên vẫn có không ít người vô tình gây ra nhiều phiền não, rối rắm và tai hại cho người thân của mình khi họ còn ở trong giai đoạn trung ấm này.

Sai lầm thứ nhất là không kiềm chế được sự đau buồn, than khóc kể lể. Nhìn từ góc độ của người thế gian thì đây là chuyện bình thường và không có gì sai trái. Khi một người qua đời, vợ hoặc chồng, cha mẹ hoặc con cái, anh chị em... với sự thương tiếc và đau đớn vì vĩnh viễn mất đi một người thân, ắt không tránh khỏi sự đau buồn than khóc, và cũng nhất thời nhớ lại bao kỷ niệm buồn vui sướng khổ đã từng gắn bó với người thân ấy. Vì thế, việc khóc than kể lể vẫn được xem là chuyện hết sức bình thường.

Tuy nhiên, nhìn từ góc độ của người Phật tử tin nhận lời Phật dạy thì những điều này là hết sức tai hại cho những giây phút cuối cùng của người chết, trước khi họ tái sanh vào một đời sống mới. Như đã nói trên, trong giai đoạn trung ấm, tâm thức người chết vẫn còn tỉnh táo nhận biết về đời sống cũ và có thể dễ dàng khởi lên những tâm niệm ái luyến, sân hận hay buồn đau, khổ não... Chính những tâm niệm này sẽ tạo nên một cận tử nghiệp không tốt cho người chết và lôi kéo họ vào một đời sống mới tương ứng với những tâm niệm phiền não đó, thay vì là một cảnh giới tốt đẹp, an vui.

Trong cuộc sống thường ngày, khi yêu thương một người thân ta luôn cố gắng để làm được những gì tốt nhất cho người ấy. Nếu người thân của ta có bệnh, ta sẽ cố gắng khuyên nhủ cũng như tạo mọi điều kiện để người ấy tuân theo những chỉ dẫn của bác sĩ, cho dù là những điều khó thực hiện, như phải kiêng cữ các món ăn, phải hạn chế một số hoạt động v.v... Ta làm như thế vì tin vào chỉ dẫn của bác sĩ và mong muốn những điều tốt nhất cho người thân của ta.

Khi người thân của ta qua đời, những chỉ dẫn cần tuân theo để làm được những điều tốt nhất cho người ấy chính là những chỉ dẫn từ đức Phật, từ Kinh điển. Cảnh giới của người đã chết là một nơi ta hoàn toàn không biết đến, vì thế ta cần đặt niềm tin vào bậc giác ngộ đã thân chứng và biết được về cảnh giới ấy, chính là đức Phật. Hơn thế nữa, những chỉ dẫn này còn có thể suy nghiệm để thấy được tính hợp lý và lợi ích tức thời. Chẳng hạn, ta có thể suy xét để thấy rằng mọi sự than khóc đều vô ích đối với người đã chết, trong khi lại có thể làm gia tăng hơn nữa những khổ đau cho người còn sống. Ngược lại, nếu thực hành theo lời Phật dạy, ta có thể thấy được sự giảm nhẹ của nỗi khổ đau vì mất mát, đồng thời cũng mang lại những lợi ích tốt đẹp cho cuộc đời khi ta phát tâm làm những việc hiền thiện vì người chết.

Khi suy xét như thế, ta có thể tin rằng việc than khóc kể lể không mang lại điều gì lợi ích cho cả người chết lẫn người sống, mà ngược lại chỉ làm khởi sinh thêm những tâm niệm đau buồn, khổ não trong tâm thức người chết, sẽ vô cùng tai hại cho sự tái sinh của họ.

Sai lầm thứ hai là thực hiện những nghi thức tống táng một cách không thích hợp. Những tập tục lâu đời mà rất nhiều người vẫn còn làm theo thực sự là dựa trên sự thiếu hiểu biết hơn là sáng suốt, chẳng hạn như đốt vàng mã, rước nhạc lễ, giết mổ gà vịt cúng tế v.v... Những điều này chẳng những hoàn toàn không mang lại lợi ích gì cho tâm thức người chết, mà ngược lại còn hết sức tai hại. Những âm thanh kèn trống inh ỏi, ồn náo trong suốt thời gian tổ chức tang lễ có thể khuấy động tâm thức người chết mà không thực sự có ý nghĩa gì cả. Thay vì vậy, chúng ta nên giữ một bầu không khí trang nghiêm thanh tịnh với lời kinh tiếng kệ, thích hợp hơn với việc khơi dậy niềm tin vào Tam bảo cũng như các thiện niệm cho người đã chết.

Việc cúng tế người chết bằng cách giết mổ gà vịt hay các con vật khác lại càng nguy hại hơn rất nhiều, bởi thay vì hồi hướng cho người chết những thiện nghiệp, ta lại nhân danh người chết để làm những việc sát sinh hại vật. Chỉ cần soi rọi vấn đề dưới cái nhìn nhân quả, hẳn không ai có thể phủ nhận được sự nguy hại của những việc làm như thế.

Sai lầm thứ ba cũng liên quan đến việc sát sinh hại vật. Đó là quan điểm phải đãi đằng những người đến viếng tang cho "phải phép". Và chính vì sự đãi đằng này mà trong nhiều đám tang, gà vịt hay các con vật khác bị giết mổ hàng loạt; có đám tang còn giết mổ cả heo, dê... để việc đãi đằng được đầy đủ, thịnh soạn. Và đôi khi ở mức tệ hại hơn, thay vì tạo điều kiện để những người viếng tang có thể giữ một tâm trạng thành kính phân ưu cùng gia quyến, thì ở nhiều tang lễ người ta còn bày đủ rượu thịt để đãi đằng... Và do đó mà những người đến dự tang lễ, bị kích thích bởi hơi men, nhiều khi không còn giữ được thái độ nghiêm trang thích hợp.

Người chết không nhận được lợi ích từ việc làm này, nhưng ngược lại phải gánh chịu sự oán hận từ những sinh linh bị giết hại. Đây không phải là điều tốt đẹp chúng ta nên làm cho người thân của mình. Đó là chưa nói chính bản thân những người sống đã phải nhận nghiệp quả xấu ác trước tiên vì những hành vi giết hại, cướp đoạt mạng sống của chúng sinh.

Đối với những người không tin nhân quả, họ có thể xem đây như việc bình thường. Nhưng nếu là người Phật tử đã tin nhân quả thì hẳn nhiên không còn gì vô lý bằng việc chúng ta mong cầu điều tốt đẹp cho người thân của mình mà lại ra tay giết hại, thực hiện những điều xấu ác.

Vì thế, nếu chưa thể làm được điều tốt đẹp cho người thân của mình khi qua đời, thì ít nhất chúng ta cũng nên tránh đừng gây hại cho họ qua những việc sai lầm như trên. Chỉ khi biết né tránh những sai lầm này thì việc thực hành nghi thức cầu siêu của chúng ta mới có thể mang lại kết quả như mong muốn.

3. Sám hối

Việc bái sám, lễ lạy có thể diệt trừ được tội lỗi, sai lầm đã mắc phải hay không? Để trả lời câu hỏi này, cần có một cái nhìn toàn diện theo lời Phật dạy, thay vì chỉ suy đoán chủ quan theo ý riêng của mỗi người.

Đối với quan điểm thông thường thì khi đã mắc phải một lỗi lầm, thực hiện một hành vi tội lỗi, chúng ta có hai trách nhiệm. Thứ nhất, phải nhận chịu sự trừng phạt tương ứng với mức độ sai lầm và thứ hai là phải bồi thường, khắc phục những tổn thất, tai hại đã gây ra do hành vi sai trái đó.

Nếu chúng ta giả định việc trả lời câu hỏi này là cho những người Phật tử, thì việc bái sám, lễ lạy được đề cập ở đây có nghĩa là thực hiện đúng theo Chánh pháp, theo lời Phật dạy, chẳng hạn như tụng đọc các bộ sám pháp, lễ lạy chư Phật, với tâm chí thành sám hối sửa cũ làm mới. Trên tinh thần đó thì câu trả lời chắc chắn là có thể.

Nhưng nếu đối với những người lễ lạy với tâm tà kiến, mê tín, mong muốn cầu xin một thế lực siêu nhiên nào đó xóa tội cho mình, thì câu trả lời chắc chắn là không thể. Những hành vi sai lầm đã làm nhất định sẽ tạo thành kết quả xấu ác, và lễ lạy với tâm tà kiến si mê có nghĩa là càng chồng chất thêm sai lầm khác nữa, không thể dựa vào đâu để có thể dứt trừ tội lỗi.

Trong pháp môn tu tập của Đạo Phật, đặc biệt có các pháp nhấn mạnh về sám hối, được gọi là sám pháp. Tu tập sám pháp là một sự kết hợp giữa tự lực và tha lực, vì thế người tu tập cần phải chọn một đối tượng cho sự tu tập của mình. Tùy theo đối tượng mà có các pháp tu khác nhau như Phổ Hiền Sám pháp, Di-đà Sám pháp, Hồng danh Sám pháp... Tuy nhiên, tất cả các sám pháp đều dựa trên một giáo lý cơ bản là làm thanh tịnh tâm ý, và sự thanh tịnh đó có được là do nỗ lực của tự thân hành giả cùng sự cảm ứng đối với tha lực mà hành giả hướng đến.

Trong Thập đại nguyện vương của Bồ Tát Phổ Hiền, chúng ta đọc thấy: *"Nhất giả lễ kính chư Phật, nhị giả xưng tán Như Lai, tam giả quảng tu cúng dường, tứ giả sám hối nghiệp chướng...*" Bái sám, lễ lạy là sự tu tập phù hợp với cả bốn nguyện này. Lễ lạy là tôn kính, cũng là một hình thức xưng tán, cũng là cúng dường, cúng dường bằng tâm thành, bằng sự lễ kính, và khi lễ lạy như thế thì phát tâm ăn năn lỗi trước, răn ngừa lỗi sau. Phát tâm lễ lạy, sám hối như thế là đúng Chánh pháp.

Trong kinh Pháp cú, đức Phật dạy: *"Ý dẫn đầu các pháp."* Vì thế, tu tập thanh tịnh tâm ý là sự tu tập khởi đầu, quyết định nhất. Tâm ý được thanh tịnh thì tất cả các pháp đều thanh tịnh, lời nói việc làm sẽ được thanh tịnh, do đó mọi ý nghĩ, hành vi, lời nói đều có thể tạo thành thiện nghiệp.

Lễ sám giúp thanh tịnh tâm ý, thiền tập cũng giúp thanh tịnh tâm ý. Hai phương tiện khác nhau nhưng cùng một mục đích. Lễ sám thì kết hợp nội tâm dũng mãnh thiết tha, khởi tâm tránh ác làm thiện, với sự hướng về tha lực tôn kính chư Phật, Bồ Tát để nuôi dưỡng thiện tâm vừa sinh khởi, từ đó làm thanh tịnh tâm ý. Thiền tập thì tự mình quay về quán chiếu nội tâm, dứt bặt vọng tưởng, bao nhiêu vọng tưởng dần trừ hết, để tâm ý lắng trong thanh tịnh, nên nhấn mạnh về tự lực nhiều hơn.

Nói nhấn mạnh nhiều hơn, có nghĩa là cũng không phải hoàn toàn không có tha lực. Người tu tập thiền quán do đâu mà phát tâm tu thiền? Vì tin hiểu lời Phật dạy. Nếu không có lòng tin vào đức Phật, hành giả cũng không thể tự mình tu tập. Đó là lý do vì sao việc thiền tập nơi thiền đường có tượng Phật trang nghiêm sẽ dễ mang lại hiệu quả hơn. Hơn nữa, mỗi một giai đoạn thiền tập nếu có những trạng thái chuyển biến khác lạ, đều cần có vị thầy dẫn dắt, đó cũng là tha lực. Nếu không có niềm tin ở thầy thì thiền sinh cũng khó lòng thành tựu.

Sự tu tập không phải giống như việc lắp ráp sửa chữa một thiết bị, chỉ cần mở bản hướng dẫn ra và làm theo từng bước là được. Hoàn toàn không phải vậy! Sự tương thông tâm thức giữa thầy và trò, giữa hành giả và chư Phật, Bồ Tát là thật có và đóng vai trò quan trọng trong sự thành tựu, chứ không phải chỉ hoàn toàn do nỗ lực tự thân mà có thể đạt được. Điều này chúng ta đã có bàn đến ở một phần trên.

Cùng là tu tập tâm ý thanh tịnh, nên tất yếu phải có phát sinh công đức. Tâm ý thanh tịnh, hiền thiện thì chính điều đó đã là thiện nghiệp, bởi Phật dạy rằng thân, khẩu, ý đều tạo nghiệp chứ không chỉ hành vi, lời nói mới tạo thành nghiệp. Hơn thế nữa, nghiệp tạo ra từ tâm ý còn có ý nghĩa quan trọng, quyết định hơn, bởi vì *"ý dẫn đầu các pháp"*. Tâm ý đã thanh tịnh thì bao nhiêu tạp niệm xấu ác đều không còn, lời nói xấu ác cũng không còn, hành vi xấu ác cũng không còn, do đó tội lỗi không thể tiếp tục phát sinh. Không thể tiếp tục phát sinh, đó chính là ý nghĩa diệt tội.

Còn những tội đã tạo trước đây thì sao? Tội chướng sinh phiền não, nên người tạo ác nghiệp thì trong tâm bất an. Đem tâm tu tập sám hối tội cũ, làm cho tâm ý được thanh tịnh thì phiền não không còn, phiền não diệt rồi thì đó là bước đầu diệt tội. Nghiệp đến thì nhận, tất cả đều tùy duyên, do đó không còn tiếp tục tạo thêm nghiệp khác, đó cũng là ý nghĩa diệt tội.

Nếu sự tu tập thực sự không thể dứt trừ tội nghiệp đã tạo, thì điều đó cũng có nghĩa là không một chúng sinh nào có thể tu tập chứng quả, bởi trong kinh đức Phật dạy rằng, tội lỗi của chúng sinh từ vô thủy đến nay nếu có hình tướng thì hư không cũng không đủ dung chứa. Điều này là sự thật, chúng ta tự suy xét cũng có thể biết được. Đại sư Tỉnh Am trong *Văn khuyên phát tâm Bồ-đề* nói rằng:

"Chúng ta ngày nay trong sinh hoạt thường ngày, mỗi hành vi, động tác thường phạm giới hạnh; mỗi miếng cơm, ngụm nước luôn trái luật nghi. Mỗi một ngày qua đã phạm vô số tội, huống chi trong suốt một đời, trải qua nhiều kiếp, tội lỗi sinh khởi chắc chắn là không thể nói hết."

Nếu thực sự tin vào nhân quả, thì phải biết rằng mỗi một sự tổn hại ta gây ra cho chúng sinh đều là tội lỗi. Chúng ta sống trong đời, miếng ăn thức uống mỗi ngày đều có được từ việc gây tổn hại cho chúng sinh, thậm chí là diệt thân đoạt mạng, lẽ nào đó không phải là tội? Đừng nói chi những người ăn mặn vốn đã trực tiếp nhai nuốt xương thịt chúng sinh, đến như kẻ ăn chay thì cọng rau hạt gạo có được cũng là từ việc gây tổn hại chúng sinh mà có. Cuốc đất trồng rau là tổn hại trùn dế, bắt sâu nhổ cỏ không tổn hại sinh vật đó sao? Huống chi ngày nay không dùng đến thuốc trừ sâu thì không có nông sản thu hoạch, nên nông dân đều phải định kỳ phun thuốc, các sinh vật nhỏ nhoi bị tổn hại không thể tính đếm. Từ những việc ấy mà có miếng cơm ta ăn, ta không phải chịu một phần tội lỗi hay sao?

Bởi vậy không phải vô cớ mà đức Phật dạy rằng thế giới này là *"ngũ trược ác thế"*, và hối thúc chúng ta phải sớm tu hành thoát ra vì *"ba cõi như căn nhà đang cháy"*. (Kinh Pháp Hoa) Cho nên phải biết rằng, tội lỗi do tâm tạo ra, cũng do tâm biết tu tập mà diệt mất. Điều đó trong Kinh điển có dạy, không thể không tin.

Chúng ta nhìn nhận như thế không phải là bi quan hay cường điệu, mà là sự thấy biết đúng thật. Thấy biết đúng thật như vậy rồi mới có thể khởi tâm dũng mãnh tu hành, không dám buông thả, lười nhác. Các vị thánh chúng theo Phật tu hành bao nhiêu năm, kẻ ít người nhiều đều đã chứng ngộ, nhưng trước khi nhập Niết-bàn ngài vẫn còn tha thiết thúc giục các vị *"không được trì trệ lười nhác, buông thả phóng túng"*. Huống chi chúng ta ngày nay, liệu đã học Phật được bao nhiêu, tu tập hành trì được bao nhiêu? Cho nên, Đại sư Tỉnh Am trong *"Văn khuyên phát tâm Bồ-đề"* mới có lời tha thiết rằng:

"Nếu không sớm khởi tâm thương mình thương người, đau xót cho người, đau xót cho mình, thân khẩu cùng thống thiết, miệng niệm lệ rơi đều chân thành, khắp vì tất cả chúng sinh, bi ai cầu xin sám hối, thì chắc chắn trong ngàn đời muôn kiếp, khó tránh được quả báo xấu ác."

Sám hối được như thế, lễ lạy được như thế, thì chắc chắn phải được tội diệt phước sinh. Không thể nghi ngờ điều đó. Kinh Tứ thập nhị chương dạy rằng, bố thí cho một người xấu ác phước đức không bằng bố thí cho người hiền thiện; bố thí cho người hiền thiện không bằng cho người giữ giới; bố thí cho người giữ giới không bằng cúng dường bậc Tu-đà-hoàn, cho đến cúng dường chư Phật. Cúng dường chư Phật phước đức rất lớn. Như trên đã nói, đem tâm thành kính lễ lạy cũng là cúng dường, không nhất thiết phải là cúng dường bằng phẩm vật. Như trong đoạn kinh văn sau đây:

"Trong lúc đức Thế Tôn đang trú ngụ tại Ràjagaha, Ngài nhập định Đại bi mà chư Phật thường trú, sau đó xuất định và quán sát thế

gian. Ngài thấy ngay trong thành phố ấy tại khu vực của dân chúng Chiên-đà-la, có một bà lão sắp mạng chung và một ác nghiệp đưa đến địa ngục đã xuất hiện cho bà.

Với tâm Đại bi, muốn làm cho bà tạo một nghiệp lành đưa đến cõi trời, Ngài suy nghĩ: 'Ta sẽ an trú kẻ ấy vào thiên giới', Ngài liền cùng đại chúng Tỷ-kheo vào Ràjagaha khất thực.

Vào lúc ấy, bà lão Chiên-đà-la chống gậy ra khỏi thành, thấy đức Thế Tôn đến gần, và khi bà đối diện Ngài, bà dừng lại. Đức Thế Tôn cũng dừng lại và đứng ngay trước mặt bà như thể cản bà tiến lên.

Sau đó, Tôn giả Mahà-Moggallàna, biết tâm bậc Đạo Sư và cũng biết thọ mạng bà lão sắp hết, bèn thúc giục bà đảnh lễ đức Thế Tôn...

Khi bà lắng nghe lời Tôn giả, lòng đầy xúc động, bà phát khởi tâm tín hướng về bậc Đạo Sư, liền đảnh lễ Ngài với năm phần thân thể sát đất, và do hân hoan trước đức Phật, bà nhất tâm đứng yên lặng, đầu cúi xuống. Đức Thế Tôn bảo:

- Thế này là đủ để bà ấy lên thiên giới.

Xong Ngài vào thành với đại chúng Tỷ-kheo. Ngay lập tức sau đó, một con bò cái chạy trốn cùng với bê con, lao về phía bà già, lấy cặp sừng húc bà chết tại chỗ...

Sau đó, bà được tái sanh giữa cõi trời Ba mươi

ba. Bà có một đoàn tùy tùng hộ tống gồm cả một trăm ngàn tiên nữ."

(Tiểu Bộ Kinh - Khuddaka Nikāya, Tập II, Phẩm II - Cittalatā)

Bà lão nghèo khó không có bất cứ phẩm vật gì để dâng lên bậc Đạo sư. Trước đó bà cũng chưa từng biết đến Tam bảo, không sẵn có tín tâm. Chỉ sau khi nghe lời thúc giục của Tôn giả Mục-kiền-liên, bà mới khởi tâm kính lễ đức Phật. Đức Thế Tôn nói *"Thế này là đủ để bà ấy lên thiên giới"*, cho thấy ngài đã biết việc này rõ ràng như một kết quả tất nhiên. Và quả đúng là bà lão sau khi chết được sinh lên cõi trời Ba mươi ba, tức cõi trời Đao-lợi. Nếu việc lễ lạy không giúp tội diệt phước sinh, thì làm sao từ một bà lão sắp rơi vào địa ngục lại có thể chuyển sinh thành một thiên nữ cõi trời Đao-lợi?

Sự việc này cũng hoàn toàn phù hợp với lời dạy của Phật trong nhiều Kinh điển khác. Nên biết, tất cả tội lỗi, ác nghiệp căn bản đều do nơi tâm mà tạo thành, và bao nhiêu thiện nghiệp, căn lành cũng đều từ nơi tâm mà sinh khởi. Tu tập để làm cho tâm ý thanh tịnh là pháp tu căn bản đối với tất cả thiện nghiệp, nên không thể xem thường việc chí thành lễ sám.

Luật nhân quả vận hành với những nhân duyên phức tạp chi phối lẫn nhau, không chỉ đơn thuần như một bài toán cộng trừ giữa các giá trị thiện ác. Đức Phật đã dạy rằng, chỉ có Phật mới thấu suốt được hết nghiệp quả của mọi chúng sinh. Đó là vì có vô số những yếu tố chi phối chứ không chỉ đơn thuần như những gì chúng ta nhìn thấy được. Cũng trong Tiểu Bộ Kinh, một cô gái ăn mày xin được ít thức ăn thừa trong đó có một miếng cơm cháy. Nàng cúng dường miếng cơm cháy này lên ngài Đại Ca-diếp, và ngay trong đêm đó nàng qua đời, được sinh về cõi trời Hóa Lạc. Nếu chúng ta làm một phép toán trừ đơn giản thì miếng cơm cháy kia hẳn không thể trừ đi được bao nhiêu nghiệp xấu ác, đừng nói là có thể tạo phước sinh về cõi trời.

Do đó chúng ta có thể biết rằng, tội ác nặng hay nhẹ, phước báu lớn hay nhỏ, không chỉ do hình tướng bên ngoài ta nhìn thấy, mà còn được quyết định do tâm hiền thiện hay xấu ác, do tâm chân thành hay bất kính. Nếu tin hiểu được như vậy, thì việc lễ sám sẽ có lợi ích rất lớn lao, không thể nghi ngờ.

Tuy nhiên, nếu chúng ta lễ lạy chư Phật với tâm hoang mang, ngờ vực, không tin chắc được vào kết quả sự lễ lạy của mình, thì cho dù có lạy đến trăm ngàn lạy cũng không ích lợi gì cho tâm thức. Bởi vì lạy như thế là trong tâm không có sự chí thành cung kính, làm sao có thể giúp tâm thanh tịnh, làm sao có sự cảm ứng với tha lực của chư Phật Bồ Tát?

CHƯƠNG IV

Tha lực từ góc nhìn của khoa học hiện đại

Vật lý học cổ điển nhìn toàn bộ thế giới này như một sự lắp ghép của những yếu tố vật chất rời rạc và tồn tại tự thân. Mỗi yếu tố vật chất đó đều mang một tính chất riêng biệt và do đó quyết định tính chất chung của vật thể mà chúng cấu thành. Cái bàn được tạo thành từ những mảnh gỗ làm chân bàn, mặt bàn, đinh ghép, lớp sơn bóng v.v... Phẩm chất của cái bàn được quyết định bởi phẩm chất của các yếu tố tạo thành nó, như gỗ tốt, gỗ xấu, sơn xanh, sơn vàng v.v... để cuối cùng hiện ra và được chúng ta nhận biết như một vật thể độc lập.

Hơn thế nữa, các vật thể độc lập này được tin là phải luôn tuân theo những định luật vật lý bất biến và chính xác mà trải qua dòng thời gian đã được các nhà vật lý khám phá và ghi nhận. Đối với các nhà khoa học nói chung, các nhà vật lý nói riêng, tất cả vật thể trong vũ trụ đều hình thành, thay đổi, chuyển động hay tan rã theo những quy luật nhất định, và một trong những nhiệm vụ quan trọng nhất của khoa học chính là khám phá những quy luật ấy, đồng thời vận dụng chúng để giải thích về tất cả các hiện tượng tự nhiên diễn ra trong thực tại.

Chẳng hạn, một quả táo rơi là hiện tượng hoàn toàn tự nhiên, nhưng phải đến thời Newton thì các nhà vật lý mới nêu rõ được quy luật liên quan đến sự rơi của quả táo. Từ những kết quả khám phá tương tự như thế, giới khoa học đã ngầm mặc định rằng mọi hiện tượng trong vũ trụ đều phải chịu sự chi phối của những quy luật, và chính sự tuân theo các quy luật như vậy sẽ tạo thành tính logic của mọi hiện tượng. Nắm vững các quy luật, một nhà khoa học sẽ có khả năng giải thích và tính toán chính xác về mọi hiện tượng. Chẳng hạn, việc một quả táo sẽ rơi như thế nào sau khi rời cành, với tốc độ nào, sẽ rơi xuống điểm nào... đều có thể được tính toán chính xác nếu nhà khoa học có được trong tay những dữ liệu liên quan như trọng lượng quả táo, hướng gió, sức gió vào thời điểm rơi v.v... Trong thực tế, ngày nay khoa học đã vận dụng chính những kiến thức như thế để phóng được phi thuyền đưa con người lên mặt trăng, một điều mà trước đây chỉ có trong huyền thoại. Nhiều hành tinh khác trong vũ trụ cũng có thể là điểm đến của con người trong tương lai.

Thế nhưng, sự lạc quan cũng như những quan điểm trên của các nhà khoa học đã bắt đầu lung lay và thay đổi kể từ khi Albert Einstein đưa ra thuyết tương đối, cho thấy rằng một số định luật vật lý từ thời Newton là chưa hoàn toàn chính xác và cần xem xét bổ sung. Einstein đã chứng minh rằng thời gian và không gian vốn không phải là những đại lượng bất biến và riêng biệt như từ lâu chúng ta vẫn tưởng. Ngược lại, chúng có tính chất tương đối và tương quan lẫn nhau, đồng thời cũng có sự biến đổi, ít nhất là tùy thuộc vào vận tốc chuyển động. Từ những khám phá của Einstein, các nhà khoa học mới biết rằng trong thực tế thì vận tốc chuyển động có ảnh hưởng trực tiếp đến cả không gian và thời gian, nhưng ảnh hưởng này quá nhỏ ở các chuyển động thông thường nên chúng ta không thể nhận biết. Khi vận tốc được tăng nhanh, ảnh hưởng này sẽ lớn lên và do đó có thể tạo thành những biến đổi lớn. Chẳng hạn, ở vận tốc chuyển động bằng 87% vận tốc ánh sáng thì thời gian chậm lại chỉ bằng một nửa so với bình thường. Nếu một người đi trên con tàu vũ trụ có vận tốc đó, anh ta già đi chậm hơn so với một người cùng tuổi với anh ta ở địa cầu.

Thuyết tương đối chứng minh rằng vận tốc càng tăng thì thời gian trôi qua càng chậm. Khi vận tốc tăng đến 99% vận tốc ánh sáng, thời gian chậm lại 7 lần so với bình thường, và khi tăng đến 99,9% vận tốc ánh sáng thì thời gian chậm lại đến 22,4 lần.[1]

---

[1] Dẫn theo lời nhà khoa học Trịnh Xuân Thuận trong sách "Cái vô hạn trong lòng bàn tay".

Mặt khác, khi thời gian chậm lại như trên thì không gian cũng bị "co lại" theo tỷ lệ tương ứng. Nhà khoa học Trịnh Xuân Thuận mô tả hiện tượng này như sau: "Những biến dạng liên quan đến không gian và thời gian có thể được xem như là sự chuyển hóa của không gian thành thời gian, và ngược lại. Không gian bị co lại biến thành một thời gian kéo dài ra."

Cách nhìn mới về thời gian và không gian như những đại lượng biến đổi, co giãn được đã đưa khoa học hiện đại đến gần hơn với vũ trụ quan của Phật giáo, vì điều này đã được đề cập đến trong rất nhiều Kinh điển Bắc truyền. Kinh Duy-ma-cật có đoạn như sau:

"Vị Bồ Tát trụ ở pháp môn giải thoát Không thể nghĩ bàn, nắm lấy cõi thế giới tam thiên đại thiên như người thợ lò gốm cầm cái bàn xoay, đặt cõi ấy trong lòng bàn tay phải, rồi ném ra khỏi các cõi thế giới nhiều như số cát sông Hằng. Nhưng chúng sinh trong cõi ấy chẳng cảm giác, chẳng hay biết rằng họ đi tới đâu. Rồi Bồ Tát đem cõi thế giới ấy mà đặt lại chỗ cũ, tất cả chúng sinh trong cõi ấy cũng chẳng có cái ý tưởng rằng đã đi và trở lại, và tướng trạng của thế giới ấy vẫn y nguyên như cũ.

"Lại nữa, Xá-lợi-phất! Hoặc có những chúng sinh muốn sống lâu ở thế gian mới độ thoát được, Bồ Tát liền kéo bảy ngày ra làm một kiếp, khiến

những chúng sinh ấy bảo rằng đó là một kiếp. Hoặc có những chúng sinh chẳng muốn sống lâu mới độ thoát được, Bồ Tát liền thâu ngắn một kiếp làm bảy ngày, khiến những chúng sinh ấy bảo rằng đó là bảy ngày."[1]

Với những hiểu biết theo vật lý học cổ điển, hẳn nhiên là đoạn kinh văn như trên không thể nào chấp nhận vì được xem là phi lý. Tuy nhiên, khi nhìn nhận việc thời gian và không gian là những đại lượng mang giá trị tương đối và có thể co giãn được thì những mô tả như trên là hoàn toàn khả thi, và do đó chúng ta không thể không kinh ngạc trước sự tương đồng giữa những điều được nói trong Kinh điển với những tri thức hiện đại của khoa học.

Với thuyết tương đối, Einstein đã mang đến một làn gió mới cho khoa học hiện đại, mở ra khả năng phát triển vô cùng lớn lao trong việc nhận hiểu đúng thật hơn về thực tại vũ trụ. Tuy nhiên, trên con đường khám phá khoa học, cũng chính Einstein đã nhầm lẫn khi không vượt qua được những định kiến lâu đời của vật lý học cổ điển vốn nhìn nhận vũ trụ như được cấu thành từ những thực thể riêng biệt, rời rạc và tồn tại tự thân, chỉ được kết nối với nhau qua các quy luật vật lý tự nhiên bất biến.

---

[1] Kinh Duy-ma-cật, phẩm Không thể nghĩ bàn, bản Việt dịch của Đoàn Trung Còn và Nguyễn Minh Tiến, NXB Tôn giáo, 2007.

Năm 1935, Einstein cùng với hai đồng nghiệp ở Princeton là Boris Podolsky và Nathan Rosen thực hiện một thí nghiệm khoa học, được gọi theo tên viết tắt của cả 3 người là thí nghiệm EPR.

Các tác giả đã dựa vào lý thuyết của cơ học lượng tử để mô tả việc thực hiện thí nghiệm này như sau:

Hãy xét một hạt tách ra thành 2 hạt ánh sáng (photon) A và B. Vì lý do đối xứng, hai hạt A và B này luôn chuyển động theo 2 hướng ngược chiều nhau. Hãy lắp đặt các thiết bị đo và tiến hành kiểm tra. Nếu A chuyển động về hướng bắc, chúng ta sẽ phát hiện thấy B về hướng nam. Theo lý thuyết cơ học lượng tử, trước khi bị máy dò thu được thì A không có dạng hạt mà có dạng sóng. Vì sóng này không định xứ nên tồn tại một xác suất để A có thể di chuyển về bất cứ hướng nào. Chỉ khi bị quan sát thì A mới đổi dạng thành hạt và "biết" rằng nó chuyển động về hướng bắc. Nhưng nếu trước khi bị quan sát, A không "biết" trước nó sẽ chuyển động theo hướng nào thì làm sao B có thể "đoán" được hướng chuyển động của A để điều chỉnh hướng chuyển động của mình sao cho nó bị bắt ở cùng thời điểm theo hướng ngược lại?

Điều này là vô nghĩa, trừ phi chấp nhận rằng A có thể thông báo tức thời cho B hướng chuyển động của mình. Nhưng, thuyết tương đối khẳng định rằng không có bất kỳ tín hiệu nào có thể chuyển động nhanh hơn ánh sáng. Vì vậy, Einstein kết luận rằng cơ học lượng tử không mô tả được hiện thực một cách hoàn chỉnh. Theo ông, trong thực tế thì A phải biết trước nó sẽ đi theo hướng nào và truyền thông tin này cho B trước khi bị tách ra khỏi B. Như vậy thì những tính chất của A phải có một hiện thực khách quan độc lập với hành động quan sát. Như vậy, cách giải thích mang tính xác suất của cơ học lượng tử, theo đó, A có thể nằm ở bất cứ hướng nào, là sai lầm. Bên dưới tấm màn che bất định lượng tử phải có một hiện thực nội tại và tất định. Theo Einstein, vận tốc và vị trí xác định quỹ đạo của một hạt được xác định trên chính hạt đó, độc lập với hành động quan sát. Cơ học lượng tử không giải thích được quỹ đạo xác định của hạt, vì nó không xét tới các tham số phụ gọi là các "biến ẩn".

Điều cần lưu ý ở đây là các tác giả EPR chưa thực sự tiến hành thí nghiệm này trong thực tế mà chỉ nêu lên trên bình diện lý thuyết. Phải đến năm 1982 thì nhà vật lý học người Pháp Alain Aspect cùng các cộng sự tại trường Đại học Orsay (Pháp) mới hiện thực hóa thí nghiệm này và xác nhận những mô tả của nhóm Einstein là đúng thật. Trong thí nghiệm của Aspect, các photon A và B bị tách rời nhau đến 12 mét. Tuy nhiên, photon B vẫn luôn "biết" một cách tức thời những chuyển động của photon A để tự nó chuyển động theo một cách phù hợp.

Như vậy, nhóm các tác giả Einstein và đồng nghiệp đã vận dụng chính xác lý thuyết để hình dung ra thí nghiệm EPR. Tuy nhiên, với kết quả có được từ thí nghiệm, thay vì đặt ra nghi vấn để tiếp tục đi tìm lời giải đáp thì Einstein đã vội vàng kết luận dựa trên suy diễn là nếu photon B đã không thể nhận được thông tin từ photon A do khoảng thời gian quá ngắn không đủ để bất kỳ tín hiệu nào có thể truyền đi, ngay cả với vận tốc ánh sáng, thì chắc chắn nó phải chứa sẵn những thông tin đó ngay từ trước khi bị chia tách.

Và trong thực tế thì Einstein đã sai lầm. Trong thí nghiệm được Aspect và các cộng sự thực hiện, hai photon đã không gửi tín hiệu cho nhau, vì điều đó hoàn toàn không thể. Khoảng thời gian đáp ứng giữa 2 photon được xác định là ít hơn 10 phần tỷ giây và khoảng cách phải truyền tín hiệu là 12 mét. Với tốc độ của ánh sáng thì trong khoảng thời gian này cũng chỉ vượt qua được chưa quá 3 mét! Vậy bằng cách nào mà hai photon có thể luôn luôn có chuyển động tương ứng với nhau?

Một thí nghiệm tương tự nhưng được mở rộng do nhà vật lý người Thụy Sĩ Nicolas Caisin và các cộng sự của ông ở Genève thực hiện vào năm 1998 đã bác bỏ giả định của Einstein rằng các photon đã "có sẵn" thông tin về nhau từ trước khi bị tách rời.

Trong thí nghiệm này, các nhà khoa học lặp lại rất nhiều lần việc tạo ra các cặp photon, và thay vì chỉ cách nhau 12 mét, họ đã dùng các sợi quang học để truyền chúng đến hai nơi cách xa nhau đến 10 km, một hạt về phía bắc Genève và hạt còn lại về phía nam Genève. Hơn thế nữa, các photon không chỉ đơn thuần chuyển động theo các hướng khác nhau, mà chúng phải chọn ngẫu nhiên nhiều lần giữa hai hành trình di chuyển, một ngắn một dài. Kết quả quan sát được cho thấy, tuy chọn lựa một cách ngẫu nhiên nhưng có vẻ như các photon đã có số lần chọn đường ngắn và đường dài gần như tương đương nhau. Nhưng điều quan trọng hơn là trong tất cả mọi trường hợp, cả hai photon đều có sự lựa chọn giống nhau!

Sự liên tục lặp lại thí nghiệm nhiều lần khác nhau đã loại trừ khả năng các photon "có sẵn" thông tin về nhau, và việc chúng có thể thông tin cho nhau tức thời trong thời gian ít hơn 3/10 tỷ giây qua khoảng cách 10 km là điều hoàn toàn không thể được, vì chúng ta chưa biết đến bất kỳ hình thức truyền tín hiệu nào có thể vượt qua tốc độ ánh sáng, đừng nói chi đến việc trong trường hợp này thì tín hiệu đó phải đi nhanh hơn ánh sáng đến hàng trăm ngàn lần!

Kết quả thí nghiệm này dẫn đến việc cần xem lại cách nhìn vũ trụ như những thực thể rời rạc, tự tồn. Thay vì vậy, giữa các thực thể trong vũ trụ luôn tồn tại một mối tương quan như những bộ phận không thể tách rời của một tổng thể. Hai photon A và B trong thí nghiệm này đã không cần đến bất kỳ hình thức truyền tín hiệu nào nhưng chúng vẫn duy trì được một mối liên kết tức thời với nhau, bất kể sự thay đổi khoảng cách giữa chúng.

Như vậy, mặc dù khoa học hiện đại vẫn chưa thể giải thích hoặc mô tả một cách chi tiết về mối liên kết tương quan giữa các thực thể trong vũ trụ như một tổng thể không chia tách, nhưng cũng hoàn toàn không thể phủ nhận được sự hiện hữu của mối liên kết đó, một mối liên kết hoàn toàn vượt qua những giới hạn của cả không gian và thời gian, không còn tuân theo các quy luật vật lý cổ điển.

Từ nhận thức mới này, giáo pháp nhân duyên của đạo Phật càng chứng tỏ thêm một tầng bậc sâu sắc hơn nữa. Khi đức Phật dạy rằng: "Cái này sinh vì cái kia sinh" thì không chỉ đơn giản là vì giữa chúng có một mối quan hệ nhân quả tất yếu nào đó, mà còn bởi vì tất cả đều là những thực thể cùng hiện hữu trong một tổng thể tương quan không chia tách, luôn có mối liên kết tức thời và chặt chẽ với nhau.

Và với nhận thức tương quan này thì mối liên kết giữa tâm thức chúng sinh với chư Phật, Bồ Tát cũng như giữa các chúng sinh với nhau sẽ không còn là điều bí ẩn hay khó hiểu nữa. Một khi có sự thiết lập tương thông qua nguyện lực của chư Phật, Bồ Tát và sự hướng tâm chân thành của chúng sinh thì việc phát sinh tác dụng là điều hoàn toàn có thể hiểu được.

Như vậy, việc Bồ Tát Quán Thế Âm hiển linh cứu khổ cứu nạn hay đức Phật A-di-đà và Thánh chúng tiếp dẫn người niệm Phật, đều là những sự kiện có thể nhận hiểu được qua lăng kính khoa học hiện đại, cho dù việc giải thích một cách tường tận hiện tượng này có thể vẫn còn phải chờ đợi thêm nhiều sự phát triển và khám phá khác nữa. Và cũng từ đó suy ra, việc phát sinh tha lực từ chư Phật, Bồ Tát nói chung cũng có thể hiểu theo cách tương tự như thế.

Tự lực và tha lực trong Phật giáo

Thay lời kết

Như chúng tôi đã nói ở phần dẫn nhập, tự lực và tha lực liên quan đến toàn bộ tiến trình tu tập của một người Phật tử, cho dù người ấy có nhận biết hay không. Cho dù một người có thể tự nhận mình chỉ tin vào sự nỗ lực của tự thân, thì tiến trình tu tập của người ấy vẫn nhất thiết phải chịu ảnh hưởng từ nhiều nguồn tha lực. Điều đó là tất nhiên, theo đúng lý nhân duyên mà Phật đã thuyết dạy. Không một pháp nào có thể tự nó hiện hữu mà không phụ thuộc vào nhân duyên. Việc tu tập của mỗi người cũng không ngoại lệ, cần phải xét đến tất cả các nhân duyên tương quan thì mới có thể tu tập một cách đúng hướng và hiệu quả.

Nếu như người có khuynh hướng nhấn mạnh vào tự lực vẫn phải chịu ảnh hưởng từ tha lực, thì người có khuynh hướng nhấn mạnh vào tha lực cũng không thể không tự mình nỗ lực hết sức. Đó là lý do vì sao những người tu tập Tịnh độ vẫn luôn nuôi dưỡng lòng vị tha, xả thân giúp người, làm đủ mọi công đức chứ không hề xao lãng đối với các việc thiện.

Thật ra, cho dù tự lực hay tha lực, nếu người tu tập chân chánh theo lời Phật dạy thì đều sẽ đi đến một kết quả như nhau, một hướng tu tập như nhau, đó là tự lợi và lợi tha, là tự giác, giác tha, để cuối cùng đi đến giác hạnh viên mãn. Bởi chúng sinh có nhiều căn cơ khác nhau nên đức Phật mới phương tiện chỉ bày nhiều pháp môn khác nhau để thích hợp với tâm lượng và năng lực khởi đầu của mỗi người.

Người nào chỉ biết tin và dựa dẫm hoàn toàn vào tha lực thì đó là mê tín, là tà kiến, không thể làm đúng theo lời Phật dạy. Nhưng nếu người nào phủ nhận tha lực từ chư Phật, Bồ Tát, đó là không biết đến sự tương thông bất nhị giữa tâm thức chư Phật và tâm thức chúng sinh, và đó chính là biểu hiện của chấp ngã, cho rằng có một tâm thức "của ta" để tu tập và do đó tâm thức "của chư Phật" không thể tác động gì đến ta. Tu tập như vậy là rơi vào sai lệch ngay từ căn bản, không thể có kết quả tốt đẹp.

Cần phải hiểu sâu mối tương quan giữa tâm thức chúng sinh và chư Phật, Bồ Tát, giữa chúng sinh với chúng sinh, thì mới có thể phát tâm tu tập một cách đúng hướng và hiệu quả. Xin mượn lời Đại sư Tỉnh Am nói về việc phát tâm như thế nào là đúng đắn để kết thúc tập sách này:

"Có những kẻ tu hành không cứu xét tự tâm, chỉ biết hướng theo ngoại cảnh, như mong cầu lợi dưỡng hoặc tham muốn danh tiếng, chạy theo khoái lạc nhục dục hiện tại hoặc mong cầu quả báo tương lai. Phát tâm như thế gọi là tà vậy.

Thay lời kết

Không cầu lợi dưỡng, danh tiếng, cũng không tham dục lạc, quả báo, chỉ vì muốn thoát ly sinh tử, thành tựu Bồ-đề. Phát tâm như thế gọi là chính đáng.

Mỗi một niệm đều ngưỡng cầu Phật đạo, mỗi một ý tưởng trong tâm đều thương xót giáo hóa chúng sinh. Dù nghe rằng Phật đạo thăm thẳm dài lâu, cũng không thối tâm khiếp sợ; nhìn thấy chúng sinh khó hóa độ, cũng không sinh lòng chán nản mỏi mệt. Như trèo núi cao chót vót, quyết lên tận đỉnh; như leo tháp lớn sừng sững, quyết đến tột cùng. Phát tâm như thế gọi là chân thật.

Tạo tội rồi không sám hối, mắc lỗi không chịu dứt trừ, bên ngoài ra dáng trong sạch, trong lòng đầy dẫy nhớp nhơ. Trước khởi tâm chuyên cần, sau hóa ra lười nhác. Tuy có chút lòng tốt, phần nhiều lại bị danh lợi xen vào. Dù có tu pháp lành, lại bị tội lỗi nghiệp xấu làm ô nhiễm. Phát tâm như thế gọi là dối trá.

Pháp giới chúng sinh chưa cùng tận thì nguyện vẫn còn, đạo Bồ-đề chưa thành tựu thì nguyện chưa trọn. Phát tâm như thế gọi là lớn lao.

Quán xét ba cõi như tù ngục, vòng sinh tử như kẻ oán thù, chỉ muốn mau mau tự độ, không dám nghĩ đến việc cứu độ muôn người. Phát tâm như thế gọi là nhỏ hẹp.

Nếu ngoài tâm này thấy có chúng sinh phải nguyện cứu độ, thấy có Phật đạo phải nguyện tựu thành, công khó tu tập không quên, tri kiến tích tụ chẳng bỏ. Phát tâm như thế gọi là thiên lệch.

Nếu biết tự tánh này là chúng sinh nên nguyện độ thoát; tự tánh này là Phật đạo nên nguyện tựu thành. Không thấy có bất kỳ pháp nào lìa khỏi tâm này mà tự hiện hữu. Dùng tâm rỗng rang như hư không để phát nguyện lớn như hư không, tu tập công hạnh như hư không, chứng đắc quả vị như hư không, nhưng rốt cùng cũng không có tướng trạng hư không có thể nắm bắt. Phát tâm như thế gọi là viên mãn."

Nếu ai đã phát tâm đúng đắn được như lời dạy của Đại sư, thì trên con đường tu tập của người ấy chắc chắn sẽ không còn có thể khởi sinh nghi vấn về sự tồn tại cũng như tác dụng của tha lực từ chư Phật, Bồ Tát; và người như thế cũng không thể nào lười nhác, buông thả, phóng túng, chỉ biết dựa dẫm vào sự cứu vớt của chư Phật, Bồ Tát mà không tự nỗ lực hết sức mình.

Và trên con đường tu tập chân chánh như thế thì tự lực và tha lực đều là những yếu tố tương quan tất yếu, cùng góp phần đưa hành giả sớm vượt qua những trạng thái khổ đau phiền não để nhanh chóng hướng đến một trạng thái an vui giải thoát bền lâu.

MỤC LỤC

Dẫn nhập 5

CHƯƠNG I: Vai trò của tự lực
   và tha lực trong sự tu tập....................9

CHƯƠNG II: Tha lực phát sinh
   và có tác dụng như thế nào?.............21

CHƯƠNG III: Tha lực và các vấn đề
   cầu an, cầu siêu, lễ sám................33

   1. Cầu an 35
   2. Cầu siêu 47
   3. Sám hối 95

CHƯƠNG IV: Tha lực từ góc nhìn
   của khoa học hiện đại 105

Thay lời kết................................117

Lời thưa

Trong kinh Pháp Cú, đức Phật dạy rằng: "Pháp thí thắng mọi thí." Thực hành Pháp thí là chia sẻ, truyền rộng lời Phật dạy đến với mọi người. Mỗi người Phật tử đều có thể tùy theo khả năng để thực hành Pháp thí bằng những cách thức như sau:

1. Cố gắng học hiểu và thực hành những lời Phật dạy. Tự mình học hiểu càng sâu rộng thì việc chia sẻ, bố thí Pháp càng có hiệu quả lớn lao hơn. Nên nhớ rằng **việc đọc sách còn quan trọng hơn cả việc mua sách.**

2. Phải trân quý kinh điển, sách vở in ấn lời Phật dạy. Khi có điều kiện thì mua, thỉnh về nhà để tự mình và người trong gia đình đều có điều kiện học hỏi làm theo. Không nên giữ làm của riêng mà phải sẵn lòng chia sẻ, truyền rộng, khuyến khích nhiều người khác cùng đọc và học theo. Không nên để kinh sách nằm yên đóng bụi trên kệ sách, vì **kinh sách không có người đọc thì không thể mang lại lợi ích.**

3. Tùy theo khả năng mà đóng góp tài vật, công sức để hỗ trợ cho những người làm công việc biên soạn, dịch thuật, in ấn, lưu hành kinh sách, **để ngày càng có thêm nhiều kinh sách quý được in ấn, lưu hành.**

Thông thường, việc chi tiêu một số tiền nhỏ không thể mang lại lợi ích lớn, nhưng nếu sử dụng vào việc giúp lưu hành kinh sách thì lợi ích sẽ lớn lao không thể suy lường. Đó là vì đã giúp cho nhiều người có thể hiểu và làm theo lời Phật dạy. Mong sao quý Phật tử khắp nơi đều lưu tâm đóng góp sức mình vào những việc như trên.

TINH YẾU THỰC HÀNH PHÁP THÍ

- *Mua thỉnh kinh sách về đọc, tự mình sẽ được rất nhiều lợi ích.*

- *Chia sẻ, truyền rộng bằng cách cho mượn, biếu tặng kinh sách đến nhiều người thì lợi ích ấy càng tăng thêm gấp nhiều lần.*

- *Đóng góp công sức, tài vật để hỗ trợ công việc biên soạn, dịch thuật, giảng giải, in ấn, lưu hành kinh sách thì công đức lớn lao không thể suy lường, vì có vô số người sẽ được lợi ích từ việc lưu hành kinh sách.*

www.ingramcontent.com/pod-product-compliance
Lightning Source LLC
LaVergne TN
LVHW011723060526
838200LV00051B/3000